# ടെറി ഈഗിൾട്ടൺ

## സിദ്ധാന്തം സൗന്ദര്യം സംസ്കാരം

**Terry Eagleton**
Sidhantham Saundharyam Samskaram
Study

Dr. Thomas Scaria

CHINTHA PUBLISHERS
Thiruvananthapuram



*First Edition*
August 2022

*Published & Typesetting*
Chintha Publishers, Thiruvananthapuram

*Printed at*
Time Offset Printers, Thiruvananthapuram

*Cover Design*
Subin Abraham

ISBN : 978-93-93468-06-2

CO - 3058 / 5727

Email: chinthapublishers@gmail.com
Website: www.chinthapublishers.com

A version is available at National Libraries
Kolkata, Mumbai, Chennai and Delhi

***Distribution***
**DESHABHIMANI BOOKHOUSE**
H O Thiruvananthapuram 695035

***Branch***
Head Office Kunnukuzhi • Statue Thiruvananthapuram
KSRTC Bus Terminal Thampanoor • Saphalyam Complex Thiruvananthapuram
KSRTC Bus Station Alappuzha • KSRTC Bus Station Ernakulam
Machingal Lane Thrissur • IG Road Kozhikode
Mavoor Road Kozhikode • NGO Union Building Kannur
Central Bus Terminal Complex Thavakkara Kannur

# ടെറി ഈഗിൾട്ടൺ

## സിദ്ധാന്തം സൗന്ദര്യം സംസ്കാരം

ഡോ. തോമസ് സ്കറിയ

ചിന്ത പബ്ലിഷേഴ്സ്
തിരുവനന്തപുരം-695 035

## ഡോ. തോമസ് സ്കറിയ

കോട്ടയം ജില്ലയിലെ കുറിച്ചിത്താനത്ത് ജനിച്ചു. എറണാകുളം മഹാരാജാസ് കോളേജിൽനിന്നും മലയാളത്തിൽ എം എ ബിരുദം, കാലടി ശ്രീ ശങ്കരാചാര്യ സംസ്കൃത സർവ്വകലാശാലയിൽനിന്നും എം ഫിൽ, പി എച്ച് ഡി ബിരുദങ്ങൾ, ആനുകാലിക പ്രസിദ്ധീകരണങ്ങളിൽ ലേഖനങ്ങൾ എഴുതാറുണ്ട്. *സിനിമയുടെ രസതന്ത്രം, ജനപ്രിയ സിനിമകൾ- പാഠവും പൊരുളും, സമകാലിക സാഹിത്യ വിമർശനം, ഭാരതീയേതര സാഹിത്യ സിദ്ധാന്തങ്ങൾ, പാശ്ചാത്യ സാഹിത്യസങ്കേതങ്ങൾ, ലോകകഥയുടെ ചരിത്രവും സൗന്ദര്യവും* എന്നിവ കൃതികൾ. സാഹിത്യ ചരിത്രവിജ്ഞാനീയം ആധുനികതത്വങ്ങൾ എന്നീ ഗ്രന്ഥങ്ങളുടെ എഡിറ്റർ. മഹാത്മാഗാന്ധി സർവ്വകലാശാല പി ജി ബോർഡ് ഓഫ് സ്റ്റഡീസ് മെമ്പർ. പാലാ സെന്റ് തോമസ് കോളേജിൽ മലയാള വിഭാഗം അസോസിയേറ്റ് പ്രൊഫസർ.

ഭാര്യ : ക്രിസ്റ്റിമോൾ മാത്യു
മക്കൾ : ലിയോ സ്കറിയ, ജോയൽ മാത്യു
വിലാസം : പാലമറ്റം വീട്
കുറിച്ചിത്താനം പി ഒ
ഉഴവൂർ – 686 634
ഫോൺ : 6282585707
ഇമെയിൽ : drthomasscaria@gmail.com

# ഉള്ളടക്കം

# പ്രസാധകക്കുറിപ്പ്

**ആ**ധുനിക മാർക്സിസ്റ്റ് സൈദ്ധാന്തികരിൽ പ്രമുഖനാണ് ടെറി ഈഗിൾട്ടൺ. സാഹിത്യസിദ്ധാന്തം, വിമർശനം, പ്രത്യയശാസ്ത്രം എന്നീ ചിന്താധാരകളിൽ ലോകത്തെ സ്വാധീനിച്ച പ്രമുഖരിൽ ഒരാൾ. നാല്പതിലേറെ പുസ്തകങ്ങൾ അദ്ദേഹത്തിന്റേതായുണ്ട്. കാൾ മാർക്സിനു പുറമെ അന്തോണിയോ ഗ്രാംഷി, ലൂയി അൽത്തൂസർ, റെയ്മണ്ട് വില്യംസ് എന്നീ മാർക്സിസ്റ്റ് ചിന്തകരുടെ സ്വാധീനം ടെറി ഈഗിൾട്ടണിൽ ദർശിക്കാം. *സാഹിത്യസിദ്ധാന്തം ഒരു മുഖവുര, സൗന്ദര്യത്തിന്റെ പ്രത്യയശാസ്ത്രം, പ്രത്യയശാസ്ത്രത്തിന് ഒരു മുഖവുര, ഒരു കവിതയെ എങ്ങനെ വായിക്കാം, എന്തുകൊണ്ട് മാർക്സാണ് ശരി* തുടങ്ങിയ ഈഗിൾട്ടണിന്റെ പുസ്തകങ്ങൾ കേരളത്തിലും ഏറെ ചർച്ച ചെയ്യപ്പെട്ടവയാണ്. മാർക്സിയൻ ദർശനത്തെ സാഹിത്യത്തിലും സമൂഹത്തിലും പ്രയോഗിക്കാനും മാർക്സിസത്തെ പുതിയ കാലത്തേക്കു വികസിപ്പിക്കാനും ഈഗിൾട്ടൺ നല്കിയ സംഭാവനകൾ വിലമതിക്കാനാവാത്തതാണ്. താനൊരു മാർക്സിസ്റ്റാണെന്നു തുറന്നു സമ്മതിക്കുന്ന ടെറി ഈഗിൾട്ടണിന്റെ ജീവിതത്തിലേക്കും മുഖ്യസംഭാവനകളിലേക്കുമുള്ള ഒരു പര്യടനമാണ് ഈ ലഘു ഗ്രന്ഥം.

**ചിന്ത പബ്ലിഷേഴ്സ്**

# ആമുഖം

നമ്മുടെ രാഷ്ട്രീയാഭിലാഷങ്ങളെ വായനയുമായി ബന്ധിപ്പിക്കാനുള്ള ഉത്തരവാദിത്വം നമുക്കുണ്ടെന്നു വിശ്വസിക്കുന്ന വിമർശകനാണ് ടെറി ഈഗിൾട്ടൺ. അദ്ദേഹത്തിന്റെ സാംസ്കാരികപ്രവർത്തനം അത് ഉറപ്പിച്ചു പറയുന്നുമുണ്ട്. മാർക്സിസ്റ്റ് സാംസ്കാരിക രാഷ്ട്രീയത്തിനുള്ളിൽ പ്രവർത്തിക്കുന്ന ഏറ്റവും പ്രശസ്തനായ ബ്രിട്ടീഷ് എഴുത്തുകാരനാണ് ടെറി ഈഗിൾട്ടൺ. സാഹിത്യസംവാദങ്ങളിലെ ശക്തവും വ്യക്തവും നിർണ്ണായകവുമായ നിലപാടുകളാണ് അദ്ദേഹത്തെ വേറിട്ടുനിർത്തുന്നത്. സജീവവും സത്യസന്ധവുമാണ് ആ നിലപാടുകൾ .സാഹിത്യ സാംസ്കാരിക വിശകലനത്തിന്റെ താപനില ഉയർത്തുന്നതിന് പ്രകോപനവും നർമ്മവും ഉപയോഗിക്കുന്നതിൽ അദ്ദേഹത്തിന് മടിയില്ല.

സാഹിത്യവിമർശനത്തോടുള്ള ബ്രിട്ടനിലെ ഇംഗ്ലീഷ് വകുപ്പിന്റെ കുലീനമായ അഭിനിവേശത്തിനെതിരെ പോരാടുന്നതിനായി സ്വന്തം കരിയറിലെ ഒരു വലിയ ഭാഗം നീക്കിവെച്ച വിമർശകൻ കൂടിയാണ് ടെറി ഈഗിൾട്ടൺ. അതിലൂടെ സാഹിത്യപഠനത്തെ കേവലാസ്വാദനത്തിൽ നിന്നും ഉയർത്താൻ അദ്ദേഹത്തിനു സാധിച്ചു. അദ്ദേഹം എഴുതിയ സാഹിത്യസിദ്ധാന്തം: ഒരു ആമുഖം എന്ന കൃതി സാഹിത്യവിമർശകർക്കിടയിൽ സാഹിത്യ സിദ്ധാന്തത്തോടുള്ള താല്പര്യം വർദ്ധിപ്പിക്കാൻ സഹായകമായി. അദ്ധ്യാപകർക്കും വിദ്യാർത്ഥികൾക്കും ഇടയിൽ സിദ്ധാന്തത്തെ ജനപ്രിയമാക്കി മാറ്റാനും അത് വഴിയൊരുക്കി. നവീന വിമർശനം, വ്യാഖ്യാന ശാസ്ത്രം. ഘടനാവാദം. ഉത്തരഘടനാവാദം. മനോവിശകലനസിദ്ധാന്തങ്ങൾ എന്നിവ വിവരിക്കുന്നതിലും വിശദീകരിക്കുന്നതിലും സൈദ്ധാന്തിക ചർച്ചകളിലും വ്യക്തമായ മാർക്സിസ്റ്റ് നിലപാട് ഈഗിൾട്ടൺ പുലർത്തുന്നു. സാഹിത്യസിദ്ധാന്തങ്ങളുടെ പ്രത്യയശാസ്ത്രപരമായ

അടിത്തറ വെളിപ്പെടുത്തുകയായിരുന്നു അദ്ദേഹത്തിന്റെ ലക്ഷ്യം. അല്ലാതെ കേവലം നിഷ്പക്ഷ സിദ്ധാന്ത സർവ്വേയല്ല അദ്ദേഹം ആഗ്രഹിച്ചത്. അദ്ദേഹം സാഹിത്യവിമർശകർക്കിടയിലെ ജനസമ്മതനും താർക്കികനുമാണ്. അദ്ദേഹത്തിന്റെ ശൈലി അന്തർല്ലീനമായും അദ്ദേഹത്തിന്റെ സൈദ്ധാന്തിക പ്രവർത്തനത്തിന്റെ ഭാഗമാണ്. വിമർശനങ്ങളാകട്ടെ സൈദ്ധാന്തികമായ ഉല്ലാസ യാത്രകളും. ചിരിയിൽ നിന്നുദിക്കുന്ന ചിന്തയേക്കാൾ നല്ല തുടക്കമില്ലെന്ന വാൾട്ടർ ബെഞ്ചമിന്റെ വാക്യം അദ്ദേഹത്തിന് പ്രമാണം തന്നെ.

ടെറി ഈഗിൾട്ടണിന്റെ മാർക്സിസ്റ്റ് സൗന്ദര്യദർശനവും സാംസ്കാരിക രാഷ്ട്രീയവും വിശദമായി പഠിക്കാനുള്ള ഒരു ശ്രമമാണ് ഈ ഗ്രന്ഥം. എന്നാൽ, അദ്ദേഹത്തിന്റെ വിപുലമായ സാഹിത്യ, സൈദ്ധാന്തികജീവിതത്തിലൂടെ ഒന്നു കണ്ണോടിക്കാനേ സാധിച്ചിട്ടുള്ളു എന്ന് എനിക്കറിയാം. അദ്ദേഹത്തിന്റെ കൃതികളുടെ സാരമാണ് ഈ ഗ്രന്ഥം. ഈ പുസ്തകത്തിന്റെ രചനയിൽ എനിക്കുവേണ്ട പ്രോത്സാഹനവും മാർഗ്ഗനിർദ്ദേശങ്ങളും നല്കിയ കണ്ണൂർ സർവ്വകലാശാല മലയാള വിഭാഗം മേധാവി ഡോ. കെ കെ ശിവദാസ്, എന്റെ സുഹൃത്തും സഹപ്രവർത്തകനുമായ ഡോ. പ്രിൻസ് മോൻ ജോസ് എന്നിവരോടുള്ള നന്ദി പറഞ്ഞറിയിക്കാനാവില്ല. എന്റെ ഭാര്യ ക്രിസ്റ്റിമോൾ മാത്യു നല്കിയ ഉറച്ച പിന്തുണ പുസ്തകരചനയെ കൂടുതൽ വേഗത്തിലാക്കുകയുണ്ടായി. ഡിറ്റി പി ചെയ്തുതന്ന സുഹൃത്ത് ജോമി ജോസഫിനെ പ്രത്യേകം ഓർമ്മിക്കുന്നു. പുസ്തകം പ്രസിദ്ധീകരിക്കാമെന്ന് സമ്മതിച്ച ചിന്ത പബ്ലിഷേഴ്സിന് നന്ദി. പ്രിയപ്പെട്ട വായനക്കാരുടെ അഭിപ്രായങ്ങൾക്കായി കാതോർത്തുകൊണ്ട് വിമർശനാത്മക വായനയ്ക്കായി ഈ പുസ്തകം സമർപ്പിക്കുന്നു.

**ഡോ. തോമസ് സ്കറിയ**

# ടെറി ഈഗിൾട്ടൺ
# ആശയരൂപീകരണഘട്ടം

**സ**മകാലീന ബ്രിട്ടീഷ് സാഹിത്യനിരൂപകനും സൈദ്ധാന്തികനുമാണ് ടെറി ഈഗിൾട്ടൺ. നാല്പതിലധികം പുസ്തകങ്ങളുടെയും നൂറുകണക്കിന് ലേഖനങ്ങളുടെയും രചയിതാവാണ് അദ്ദേഹം. ഒരു തലമുറ വായനക്കാർക്ക് ഈഗിൾട്ടണിന്റെ കൃതികൾ സാഹിത്യപഠനത്തിന്റെയും വിമർശനാത്മക സിദ്ധാന്തത്തിന്റെയും സാംസ്കാരിക ചരിത്രത്തിന്റെയും മേഖലകളിൽ മാർഗ്ഗദർശകമായും പ്രകോപനമായും നില്ക്കുന്നു. അദ്ദേഹത്തിന്റെ *സാഹിത്യസിദ്ധാന്തം – ഒരു ആമുഖം* എന്ന കൃതി സിദ്ധാന്തപഠനത്തിന്റെ അടിസ്ഥാന ഗ്രന്ഥമായി വർത്തിക്കുന്നു. ഈ ഗ്രന്ഥത്തിന്റെ അഭൂതപൂർവ്വമായ വിജയം അദ്ദേഹത്തിന്റെ മറ്റു നേട്ടങ്ങളെ അതിന്റെ നിഴലിലാക്കിയോ എന്ന സംശയം ഡേവിഡ് ആൽഡേഴ്സൺ പരിശോധിച്ചിട്ടുണ്ട്. അദ്ദേഹത്തിന്റെ രചനകൾ സാഹിത്യ–സാംസ്കാരികപഠനങ്ങളുടെ നിരവധി വശങ്ങളെ സ്വാധീനിക്കുകയും വെല്ലുവിളിക്കുകയും ചെയ്തിട്ടുണ്ട്. ഒരു പാഠത്തിന്റെ മാർക്സിസ്റ്റ് വായനയുടെ സാദ്ധ്യതകളെക്കുറിച്ചുള്ള അന്വേഷണങ്ങളിലും, ആധുനികചിന്തയിലെ സൗന്ദര്യത്തിന്റെ ചരിത്രം അല്ലെങ്കിൽ പാശ്ചാത്യസാഹിത്യത്തിൽ ട്രാജഡിയുടെ സ്ഥാനം തുടങ്ങിയ അന്വേഷണങ്ങളിലും സാഹിത്യ മേഖലകളിലുടനീളം ഏറ്റവും കൂടുതൽ ഉദ്ധരിക്കപ്പെടുകയും ചർച്ച ചെയ്യപ്പെടുകയും ചെയ്യുന്ന വ്യക്തികളിൽ ഒരാളാണ് ടെറി ഈഗിൾട്ടൺ, അതുപോലെ സാഹിത്യമേഖലകളിലെ സംവാദങ്ങൾക്കപ്പുറത്തേക്ക് അദ്ദേഹത്തിന്റെ സ്വാധീനം വലിയ തോതിൽ വ്യാപിച്ചിട്ടുമുണ്ട്. സാഹിത്യസിദ്ധാന്തത്തിന്റെ അവ്യക്തവശങ്ങളെ വിശദീകരിക്കുന്ന കേവലം ഒരു നിരൂപകൻ മാത്രമല്ല ടെറി ഈഗിൾട്ടൺ. സംവാദങ്ങളിലും എഴുത്തിലും അക്ഷരങ്ങളുടെ അവസാനവാക്കായി അദ്ദേഹത്തെ വിശേഷിപ്പിക്കുന്നു.

സമകാലീന സമൂഹത്തിലെ ടെററിസത്തെക്കുറിച്ചും ധാർമ്മികതയെക്കുറിച്ചും തിന്മയെക്കുറിച്ചുമൊക്കെയുള്ള ചർച്ചകളിൽ അഭിപ്രായം പറയുന്ന ഒരു പൊതുബുദ്ധിജീവിയായും പൊതുമണ്ഡലത്തിൽ മുഴങ്ങുന്ന ശബ്ദത്തിന്റെ ഉടമയായും അദ്ദേഹത്തെ സ്ഥാനപ്പെടുത്താം.

ഇടതുപക്ഷ ബുദ്ധിജീവികൾക്കിടയിൽ എളുപ്പം തിരിച്ചറിയുന്ന ഒരു കാലഘട്ടത്തിൽ മാർക്സിസ്റ്റാനന്തര ചിന്തകളിൽ പ്രജ്ഞയുടെ പ്രകാശം പ്രസരിപ്പിക്കുന്ന, പ്രതിബദ്ധതയുള്ള ഒരു മാർക്സിസ്റ്റായി ടെറി ഈഗിൾട്ടൺ നിലകൊണ്ടു. പ്രശംസയ്ക്കും ആരാധനയ്ക്കുമൊപ്പം വിമർശനങ്ങളും വിവാദങ്ങളും അദ്ദേഹത്തെ തേടിയെത്തി. 2004 ൽ പ്രോസ്പെക്റ്റ് മാസിക നൂറ് ബ്രിട്ടീഷ് ബുദ്ധിജീവികളെ തെരഞ്ഞെടുത്തപ്പോൾ അതിൽ ഇടം നേടാൻ കഴിഞ്ഞ ഒരേയൊരു സാഹിത്യസൈദ്ധാന്തികനാണ് ടെറി ഈഗിൾട്ടൺ. അദ്ദേഹത്തിന്റെ രചനകളിൽ ഒരു ഭാഗം ആമുഖങ്ങളായി രചിക്കപ്പെട്ടവയാണെന്നു പറയുന്നതിൽ തെറ്റില്ല. മാർക്സിസം, സൗന്ദര്യശാസ്ത്രം, പ്രത്യയശാസ്ത്രം, സാഹിത്യസിദ്ധാന്തം എന്നിവയ്ക്കൊക്കെ അദ്ദേഹം ആമുഖങ്ങളെഴുതിയിട്ടുണ്ട്. എന്നാൽ അവ അദേഹത്തിന്റെ മറ്റു കൃതികളുടെ നിലനില്പുമായി ബന്ധപ്പെട്ടിരിക്കുന്നു എന്ന വസ്തുത വിസ്മരിച്ചുകൂടാ. ടെറി ഈഗിൾട്ടണിന്റെ രചനകൾ അത് ആവിർഭവിക്കുന്നതിനടിസ്ഥാനമായ കേന്ദ്രപാരമ്പര്യത്തെക്കുറിച്ച് അവബോധമില്ലാതെ മനസ്സിലാക്കുക അസാദ്ധ്യമാണെന്ന ഡേവിഡ് ആൻഡേഴ്സണിന്റെ വാക്കുകൾ ഓർമ്മിക്കുക.

ഒരു മാർക്സിസ്റ്റ് സാഹിത്യ സൈദ്ധാന്തികൻ എന്നു ലളിതമായി വിശേഷിപ്പിക്കുന്നത് ഈഗിൾട്ടണിന്റെ വിമർശനാത്മക രചനകളുടെ വൈവിദ്ധ്യവും വ്യാപ്തിയും നിസ്സാരവല്ക്കരിക്കുന്നതിനു തുല്യമാണ്. അതുപോലെ ഈഗിൾട്ടണിന്റെ രചനകൾ തങ്ങളുടെ എഴുത്തിൽ ചെലുത്തിയ സ്വാധീനത്തെക്കുറിച്ച് പല വിമർശകരും വാതോരാതെ പറയുമെങ്കിലും അദ്ദേഹത്തെ ഏതെങ്കിലുമൊരു കളരിയുടെ സ്ഥാപകനായി അടയാളപ്പെടുത്താനോ ഈഗിൾട്ടോണിയൻ വിമർശനപദ്ധതിയെയോ സിദ്ധാന്തത്തെയോ തിരിച്ചറിഞ്ഞ് അവതരിപ്പിക്കാനോ അവരാരും തുനിഞ്ഞിട്ടില്ല. അതേസമയം മറ്റു പലപേരുകളും അക്കാദമിക് മേഖലകളെ കീഴടക്കിയെന്നതും വിസ്മരിക്കാനാവില്ല. എന്നാൽ, ഈഗിൾട്ടൺ വൈഷമ്യമേറിയ മാർക്സിസ്റ്റ് ചിന്താഭൂമണ്ഡലത്തെ കീഴടക്കി അക്കാദമിക് രംഗത്ത് തന്റെ സ്ഥാനത്തെ സുസ്ഥിരമായി സ്ഥാപിച്ചു. മാർക്സിസ്റ്റ് ബൗദ്ധികമുന്നേറ്റങ്ങളെയും ചലനങ്ങളെയും കൃത്യമായി അളക്കുന്നതിനുള്ള ഒരു മാപിനിയായി അദ്ദേഹം നിലകൊണ്ടു. നിശിതമായ സംവേദനക്ഷമതയും അസാധാരണമായ വൈഭവവുമാണ് അതിൽ അദ്ദേഹം പ്രദർശിപ്പിക്കുന്നത്. റിച്ചാർഡ് ആസെൽ ടെറി ഈഗിൾട്ടണിന്റെ രചനയെ അരോചകമാം വിധം മാർഗ്ഗദർശകമെന്നതിലുമുപരി സ്പഷ്ടമായും സംഗ്രഹിക്കപ്പെട്ടതും ഭേദ്യമാംവിധം വാസ്തവികമെന്നതിലുമുപരി വിമർശ

നാത്മകമായി സംശോധിതവുമെന്നു വിലയിരുത്തുന്നു. വിമർശനത്തെ പുതിയ സാമൂഹികവും ബൗദ്ധികവുമായ ഇടപെടലുകളിലേക്ക് എങ്ങനെ ആനയിക്കാമെന്നും സമൂഹത്തിൽ രാഷ്ട്രീയ ധർമ്മം നിറവേറ്റുന്നതിൽ നിരൂപകന്റെ ഉത്തരവാദിത്വമെന്തെന്നും കാണിച്ചുതന്ന എഴുത്തുകാരനാണ് ടെറി ഈഗിൾട്ടൺ. വിമർശനാത്മകസിദ്ധാന്തത്തിൽ അദ്ദേഹത്തിന്റെ പ്രധാന കൃതികൾ *വിമർശനവും പ്രത്യയശാസ്ത്രവും* (*Criticism and Ideology*, 1976), *സൗന്ദര്യത്തിന്റെ പ്രത്യയശാസ്ത്രം* (*The Ideology of the Aeasthetic*,1990), *മധുര ഹിംസ* (*Sweet Violence*, 2003) എന്നിവയാണ്. അദ്ദേഹത്തിന്റെ വിശാലമായ സാംസ്കാരിക-സൈദ്ധാന്തികാശങ്കകളുടെ പ്രധാനമേഖലകളെ ഈ കൃതികൾ പരസ്പരം ബന്ധിപ്പിക്കുകയും പ്രകാശിപ്പിക്കുകയും ചെയ്യുന്നു. 1980 കളിൽ അദ്ദേഹം സാഹിത്യത്തിന്റെ മരണം പ്രവചിച്ചെങ്കിലും *ഇംഗ്ലീഷ് നോവൽ* (*The English Novel*), *ഒരു കവിത എങ്ങനെ വായിക്കാം* (*How to read a poem*) എന്നീ കൃതികൾ എഴുതുകയുണ്ടായി. *ജീവിതത്തിന്റെ അർത്ഥമെന്നൊരു* പുസ്തകവും അദ്ദേഹം എഴുതിയിട്ടുണ്ട്. കാവല്ക്കാരൻ (*The Gate Keeper*) എന്ന ഓർമ്മക്കുറിപ്പ് 2001 ൽ പ്രസിദ്ധീകരിച്ചു. അതിൽ മതം, രാഷ്ട്രീയം. സംസ്കാരസിദ്ധാന്തം എന്നിവയെക്കുറിച്ചെല്ലാം പ്രതിപാദിക്കുന്നുണ്ട്.

നോർത്ത് വെസ്റ്റ് ഇംഗ്ലണ്ടിലെ വ്യാവസായിക നഗരമായ സാൽഫോർഡിൽ ഒരു തൊഴിലാളിവർഗ്ഗ കുടുംബത്തിൽ 1943 ൽ ടെറൻസ് ഫ്രാൻസിസ് ഈഗിൾട്ടൺ ജനിച്ചു. ഇരുപതാംനൂറ്റാണ്ടിന്റെ രണ്ടാം പകുതിയിൽ വലിയ സാമ്പത്തികത്തകർച്ചയാൽ കഷ്ടപ്പെടുന്ന ഒരു നഗരമായിരുന്നു സാൽഫോർഡ്. കാത്തലിക് ഡി.ലാ സല്ലെ കോളേജിലായിരുന്നു വിദ്യാഭ്യാസം. കേംബ്രിഡ്ജിലെ ട്രിനിറ്റി കോളേജിൽ 1961 ൽ ഇംഗ്ലീഷിൽ പ്രവേശനം നേടി. “എന്റെ വിദ്യാഭ്യാസം ഒരു സമയനഷ്ടമായിരുന്നു” എന്ന് അദ്ദേഹം എഴുതിയിട്ടുണ്ട്. എന്നാൽ കേംബ്രിഡ്ജിലെ ഇംഗ്ലീഷ് പഠനത്തിൽ ട്രാജഡിക്കും പ്രായോഗിക വിമർശനത്തിനുമുണ്ടായിരുന്ന പ്രാധാന്യം അദ്ദേഹത്തിലെ വിമർശകനെ രൂപപ്പെടുത്തുന്നതിൽ ചെറുതല്ലാത്ത പങ്ക് വഹിച്ചിട്ടുണ്ട്. പ്രായോഗിക വിമർശനത്തിലെ കേമനായ എഫ് ആർ ലീവിസിന്റെ സ്വാധീനവും അക്കാലത്തുണ്ടായി. 1964 ൽ ആണ് ലീവിസ് കേംബ്രിഡ്ജിൽനിന്നും വിരമിക്കുന്നത്. എന്നാൽ ഈഗിൾട്ടണിനെ ഒരു ലെവിസൈറ്റ് എന്നു വിളിക്കാനാവില്ല, ഒരുവിധത്തിലും, ഒരിക്കലും. അതേ സമയം സ്ഥായിയായ സ്വാധീനം ഉണ്ടായിട്ടുമുണ്ട്. വ്യക്തവും ശക്തവുമായ രീതിയിൽ അഭിപ്രായങ്ങൾ അവതരിപ്പിക്കുവാനുള്ള പ്രചോദനം ലീവിസിൽനിന്നാണ് ലഭിച്ചതെന്ന് ഈഗിൾട്ടൺ തന്നെ എഴുതിയിട്ടുണ്ട്. ലീവിസിനു പുറമെ ഡോ. ലിയോ ഗ്രീൻവേയുടെയും തിയോഡർ റെഡ്പാത്തിന്റെയും സ്വാധീനവുമുണ്ടായിട്ടുണ്ട്. ഗ്രീൻ വേയിൽ നിന്നാണ് ഉദാരമനസ്ഥിതി ലഭിച്ചതെങ്കിൽ റെഡ്

പാത്താണ് അദ്ദേഹത്തിന്റെ കാഴ്ചപ്പാടുകളെ രൂപപ്പെടുത്തിയത്. മറ്റൊരു സ്വാധീനശക്തി സോഷ്യലിസ്റ്റ് നിരൂപകനായ റെയ്മണ്ട് വില്യംസായിരുന്നു. ബ്രിട്ടീഷ് സംസ്കാര വിമർശനത്തിലെ ഏറ്റവും പ്രബല ശബ്ദമായിരുന്ന വില്യംസിനാൽ ആ അണ്ടർ ഗ്രാജ്വേറ്റ് വിദ്യാർത്ഥി ബന്ധിതനായിപ്പോയതിൽ അതിശയിക്കാനില്ല. ഡോക്ടറൽ വിദ്യാർത്ഥിയായ ഈഗിൾട്ടണിന്റെ മാർഗ്ഗദർശിയും വില്യംസായിരുന്നു. 1988 ൽ വില്യംസിന്റെ മരണം സംഭവിക്കുമ്പോഴേക്കും ബ്രിട്ടീഷ് ഇടതുപക്ഷ ബുദ്ധിജീവികൾക്കിടയിലെ പ്രമുഖൻ എന്ന പൊതുപദവിയിലേക്കു ഈഗിൾട്ടൺ എത്തിക്കഴിഞ്ഞിരുന്നു. പിന്നീട് കരുത്തനായ ഉത്തരാധുനിക വിമർശകന്മാരിലൊരാൾ എന്ന തലത്തിലേക്ക് അദ്ദേഹം ഉയർന്നു.

ഇടതുപക്ഷ കത്തോലിക്കരുടെ പ്രവർത്തനങ്ങളുമായി ടെറി ഈഗിൾട്ടൺ സഹകരിച്ച ഒരു കാലമുണ്ടായിരുന്നു. 1967 മാർച്ചിൽ യു എസിലെ ന്യൂസ് മാസികയായ *ടൈമിൽ* ഒരു ബ്രിട്ടീഷ് തീവ്ര രാഷ്ട്രീയ പ്രസ്ഥാനത്തെക്കുറിച്ച് ഹ്രസ്വലേഖനം വരികയുണ്ടായി. അവരുടെ ആശയങ്ങൾ അമേരിക്കൻ ഐക്യനാടുകളിൽ ഒരു പരിധിവരെയെങ്കിലും പ്രചാരം നേടിയിട്ടുണ്ടെന്ന് അതിൽ സൂചിപ്പിച്ചിരുന്നു. ഒന്നുകിൽ കാൾമാർക്സിന്റെ അല്ലെങ്കിൽ ക്രിസ്തുവിന്റെ പേരിലായിരിക്കും മിക്ക തീവ്രവാദപ്രസ്ഥാനങ്ങളുടെയും പിറവി എന്നിരിക്കെ ഇത് രണ്ടുമായി നേരിട്ട് സഖ്യത്തിലാണ് ന്യൂ ലെഫ്റ്റ് കത്തോലിക്സ് എന്ന ഈ പുതിയ പ്രസ്ഥാനമെന്ന് *ടൈം* ചൂണ്ടിക്കാട്ടി. സാമൂഹിക വിപ്ലവത്തിനുവേണ്ടി വാദിക്കുന്ന കമ്യൂണിസ്റ്റും ക്രിസ്ത്യാനിയുമായിട്ടുള്ള കേംബ്രിഡ്ജ് ബുദ്ധിജീവികളുടെ ഒരു സഖ്യമായിരുന്നു ആ അപൂർവ്വ അപവാദം. ഈ പ്രസ്ഥാനത്തിന്റെ രാഷ്ട്രീയത്തെ അമ്പരപ്പിക്കുന്ന വിധത്തിൽ ആ ലേഖനത്തിൽ വിശദീകരിച്ചു. മുതലാളിത്തത്തെ ഒരു ധാർമ്മിക തിന്മയായി മാത്രം കാണുന്നതിൽ സംതൃപ്തരല്ലാതിരുന്ന ഇടതുപക്ഷ കത്തോലിക്കർ ലേബർ പാർട്ടിയെ ബൂർഷ്വാ തൊഴിലാളി വർഗ്ഗത്തിന്റെ ക്ഷീണിച്ച കോപ പ്രകടനമായി അപലപിക്കുന്നു. അവരുടെ വീക്ഷണത്തിൽ സഭയും തുല്യമായി ഘടനയിൽ കാലഹരണപ്പെട്ടതായിരുന്നു. വിപ്ലവം വരണമെങ്കിൽ അവ പുനർനിർമ്മിക്കപ്പെടണം. ഈ പ്രസ്ഥാനത്തിന്റെ നേതൃനിരയിലുള്ളവരുടെ ഒരു പട്ടികയും മാസിക അവതരിപ്പിച്ചു. അതിലൊരാൾ ഇരുപത്തിനാലുകാരനായ ടെറൻസ് ഈഗിൾട്ടണായിരുന്നു. പിന്നീട് അദ്ദേഹം ടെറി ഈഗിൾട്ടണാണെന്നു പ്രഖ്യാതനായി. മറ്റു രണ്ടുപേർ നീൽ മിഡിൽട്ടണും ബ്രയാൻ വിക്കറുമായിരുന്നു. പിന്നീട് സാഹിത്യസിദ്ധാന്തത്തിന്റെയും മാർക്സിസ്റ്റ് സാഹിത്യവിമർശനത്തിന്റെയും മേഖലകളിൽ മുഴങ്ങിക്കേട്ട ശബ്ദം ഈഗിൾട്ടണിന്റെയായിരുന്നു. അദ്ദേഹത്തിന്റെ ആദ്യത്തെ പ്രസിദ്ധീകൃത രചനകളും ബൗദ്ധിക പ്രവർത്തനങ്ങളും കത്തോലിക്കാ ദൈവശാസ്ത്രരംഗത്തായിരുന്നു. അറുപതുകളിൽ ഈ രംഗത്ത് സജീവമായിരുന്ന ഈഗിൾട്ടൺ റാഡിക്കൽ

കത്തോലിക്കാ ജേർണലായ *സ്ലാന്റി*ന്റെ സ്ഥാപക എഡിറ്റർമാരിൽ ഒരാളുമായിരുന്നു. കത്തോലിക്കാസഭയുടെ ഘടനയെയും വിശ്വാസങ്ങളെയും തിരുത്തുക, പുതിയ ഇടതുപക്ഷത്തിന്റെ വിശാലമായ പ്രവർത്തനങ്ങളിൽ വ്യക്തമായ ക്രിസ്തീയ ഇടപെടൽ നടത്തുക തുടങ്ങിയവയായിരുന്നു അവരുടെ ലക്ഷ്യം. ഈഗിൾട്ടണിന്റെ *The New Left Church,The Body as Language* എന്നീ കൃതികൾ അദ്ദേഹത്തിന്റെ ഈ കാലഘട്ടത്തിലെ നിലപാടുകളുടെ ഉദാഹരണങ്ങളാണ്. ഇടതുപക്ഷ കത്തോലിക്കാ പ്രസ്ഥാനത്തിലെ ഇടപെടലും സ്ലാന്റിന്റെ സ്ഥാപിക്കലുമൊക്കെ അറുപതുകളിലെ ഒരു സവിശേഷ രാഷ്ട്രീയ നാല്ക്കവലയിൽ സംഭവിച്ചതാണ്. മതേതര ഇടതുപക്ഷ സംഘടനകളും കത്തോലിക്കാ സഭയും നവീകരണത്തിനും പുനഃസംഘടനയ്ക്കും വിധേയമായ ഒരു സന്ദർഭമായിരുന്നു അത്. സ്വാധീനമുള്ള ഒരു രാഷ്ട്രീയ പ്രസ്ഥാനമായി ബ്രിട്ടനിൽ പുതിയ ഇടതുപക്ഷം ഉയർന്നു വന്നതും രണ്ടാം വത്തിക്കാൻ കൗൺസിലിന്റെ പശ്ചാത്തലത്തിൽ കത്തോലിക്കാ സഭയ്ക്കുള്ളിൽ പുരോഗമനപരമായ പരിഷ്കാരങ്ങളെക്കുറിച്ചുള്ള സംവാദം ഉയർന്നുവന്നതും അക്കാലത്തായിരുന്നു. *സ്ലാന്റി*ന്റെ ഉദയം ഈ പശ്ചാത്തലത്തിലായിരുന്നു. കാവല്ക്കാരനിൽ രണ്ടാം വത്തിക്കാൻ കൗൺസിലിന്റെ അടിസ്ഥാനത്തിൽ സഭയിലുടനീളം വ്യാപിച്ച ആത്മീയനവീകരണത്തിന്റെ കുതിച്ചുചാട്ടത്തെക്കുറിച്ചു പറയുന്നുണ്ട്. *സ്ലാന്റ്* തന്നെ ഒരു ആവേശമായിരുന്നു. കത്തോലിക്കാ സഭയ്ക്കുള്ളിൽത്തന്നെ സംവാദങ്ങളിൽ ഇടപെടാനും സമൂഹത്തിലെ വിവിധ സംവാദങ്ങളിലും പ്രശ്നങ്ങളിലും പുരോഗമന ക്രിസ്ത്യൻ കാഴ്ചപ്പാടുകൾ സൃഷ്ടിക്കാനും *സ്ലാന്റ്* ശ്രമിച്ചു. ഓരോ ലക്കത്തിലെയും എഡിറ്റോറിയൽ പ്രകോപനപരവും പുരോഗമനപരവുമായ കാഴ്ചപ്പാടുകൾ വെളിപ്പെടുത്തി. കത്തോലിക്കാ ദൈവശാസ്ത്രം, ആരാധനാക്രമങ്ങൾ, സമകാലികവിഷയങ്ങൾ എന്നിവയെക്കുറിച്ചുള്ള ലേഖനങ്ങളും അതിൽ ഉൾക്കൊള്ളിച്ചിരുന്നു. നിലവിലെ രാഷ്ട്രീയ വിഷയങ്ങളിൽ മാത്രം *സ്ലാന്റ്* പരിമിതപ്പെട്ടില്ലായെന്നു സാരം:

ഈഗിൾട്ടൺ *സ്ലാന്റി*ന് നല്കിയ സംഭാവനകൾ എന്തായിരുന്നു എന്നു നോക്കാം. പുസ്തകനിരൂപണം മുതൽ പ്രസ്താവനകൾവരെ അക്കൂട്ടത്തിലുണ്ട്. നേരിട്ടുള്ള രാഷ്ട്രീയ ഇടപെടലുകൾ എടുത്തു പറയേണ്ടതുണ്ട്. എന്തുകൊണ്ട് റാഡിക്കലുകൾ സഭയിൽ തുടരണമെന്നും സഭയെ എങ്ങനെ സോഷ്യലിസ്റ്റ് രൂപത്തിൽ പുനഃസ്ഥാപിക്കണമെന്നുമൊക്കെ വിശദീകരിക്കാൻ അദ്ദേഹം തയ്യാറായി. *സ്ലാന്റിൽ* അദ്ദേഹമെഴുതിയ മുന്തിരിത്തോട്ടത്തിലെ തൊഴിലാളികൾ എന്ന പ്രഥമ ലേഖനം ഉദാഹരണമായെടുക്കാം. കത്തോലിക്കാസഭയിൽ രാഷ്ട്രീയം എന്നതിന്റെ അർത്ഥമെന്തെന്നുള്ള ചർച്ചയാണ് ഈ ലേഖനം. മത-രാഷ്ട്രീയങ്ങൾ തമ്മിലുള്ള സങ്കല്പനങ്ങളിൽ വിള്ളൽവീണതിലുള്ള ആശങ്ക അതിൽ

പ്രകടമായിരുന്നു. രാവിലെ മുതലാളിത്തത്തിനെതിരെ പ്രസംഗിക്കുകയും വൈകുന്നേരങ്ങളിൽ മുതലാളിമാരോടൊത്ത് അത്താഴം കഴിക്കുകയും ചെയ്യുന്ന പുരോഹിതന്മാരുടെ കാപട്യത്തെ അദ്ദേഹം ചൂണ്ടിക്കാണിച്ചു. (ഇന്നും സ്ഥിതി വ്യത്യസ്തമൊന്നുമല്ലെന്നതു മറ്റൊരു യാഥാർത്ഥ്യം). യഥാർത്ഥ ക്രിസ്തുവിനു ജീവിക്കുവാനുതകുന്ന ഒരു സമൂഹത്തെ കെട്ടിപ്പടുക്കുന്നതിന് ക്രിസ്ത്യാനികളുടെ ഊർജ്ജം വിനിയോഗിക്കണമെന്ന് അദ്ദേഹം ആവശ്യപ്പെട്ടു. അത് വാക്കുകൊണ്ടുമാത്രം നടപ്പാക്കുന്ന സംവിധാനമാണ് സഭയെന്നു തുറന്നു പറഞ്ഞു. സോഷ്യലിസ്റ്റ് – ക്രിസ്ത്യൻ ചിന്തകളുടെ പൊതു അടിത്തറയും അവ തമ്മിലുള്ള പാരസ്പര്യവും ഭാവിസാദ്ധ്യതകളും സൈദ്ധാന്തികമാക്കുക എന്ന പദ്ധതിയാണ് ഈഗിൾട്ടൺ *സ്ലാന്റി*ലെ ലേഖനങ്ങളിലൂടെ വെളിപ്പെടുത്തിയത്. ക്രൈസ്തവ വിശ്വാസം റാഡിക്കൽ രാഷ്ട്രീയ പ്രവർത്തനങ്ങൾക്ക് വിരുദ്ധമായിരിക്കുന്നതിനു പകരം ഭൗതികവാദ രാഷ്ട്രീയ പ്രസ്ഥാനത്തിനു നിർണ്ണായക ധാർമ്മിക പിന്തുണ നല്കുന്നതെങ്ങനെയെന്നു കാണിക്കുകയായിരുന്നു അദ്ദേഹത്തിന്റെ പദ്ധതി. അതേസമയം Politics and Benediction എന്ന ലേഖനം ഒരു സാംസ്കാരിക സൈദ്ധാന്തികന്റെ അവതാരത്തെ രസകരമായി അവതരിപ്പിക്കുന്നു. ക്രൈസ്തവവിശ്വാസത്തിന്റെ ഘടനകളെ അപഗ്രഥിക്കുന്ന ഒരു ലേഖനമായിരുന്നു അത്. ചടങ്ങുകളെ വിമർശനാത്മകമായി വിശകലനം ചെയ്യാനുള്ള ശ്രമവുമുണ്ടായിരുന്നു. ക്രിസ്തുവിന്റെ ശരീരമായി അപ്പം വിശുദ്ധീകരിക്കപ്പെടുന്ന ചടങ്ങാണ് അദ്ദേഹം പരിശോധിച്ചത്. ഈ ചടങ്ങ് ഏതെങ്കിലും തരത്തിലുള്ള അമാനുഷിക സംഭവമായി തിരുവത്താഴം പ്രവർത്തിച്ചതുകൊണ്ടല്ല, മറിച്ച് സാമുദായികപ്രവർത്തനത്തിന്റെ വിശാലഘടനയിൽ അതിന്റെ സ്ഥാനം കാരണം അതൊരു പ്രത്യേക സൂചക സംവിധാനത്തിന്റെ കേന്ദ്ര ബിന്ദുവായി വർത്തിക്കുകയാണ് എന്ന് അദ്ദേഹം വിശദമാക്കുന്നു. ഒരു ഭാഷയിൽ ഒരു വാക്ക് എന്ന പോലെ. ആ ഒരു പ്രത്യേക സന്ദർഭത്തിനുവെളിയിൽ അപ്പത്തിന് ക്രിസ്തുശരീരമെന്ന അർത്ഥമില്ല. ആ സന്ദർഭമാണ്, ഭാഷയാണ് തിരുവത്താഴ കർമ്മത്തിൽ അപ്പത്തിന് അതിന്റെ അർത്ഥം നല്കുന്നത്. ബുദ്ധിശക്തി നല്കുന്ന അർത്ഥമേയുള്ളു. അതിനാൽ അതിന്റെ സത്ത മാനുഷികമാകുന്നു. ദിവ്യബലിക്കുള്ളിലെ ബന്ധങ്ങൾ മനുഷ്യപ്രവർത്തനത്തിന്റെ വൈരുദ്ധ്യാത്മകസ്വഭാവത്തെ മനസ്സിലാക്കാനുള്ള ഒരു മാർഗ്ഗം തുറന്നുതരുന്നു. അവിടെ ആംഗ്യങ്ങളും ക്രിയകളും വസ്തുക്കളും ബന്ധങ്ങളുമെല്ലാം ഒരു സാങ്കല്പിക ലോകവുമായുള്ള ബുദ്ധിപരമായ ബന്ധത്തിലൂടെ അർത്ഥവത്താവുകയാണ്. മാർക്സിൽ നിന്നുരുത്തിരിഞ്ഞ ആശയങ്ങളെ വാഴ്ത്തപ്പെട്ട തിരുക്കർമ്മ പ്രവർത്തനത്തിൽ വിന്യസിച്ചുകൊണ്ട് ഈഗിൾട്ടൺ ഈ പ്രക്രിയ ഉൾക്കൊള്ളുന്ന ബന്ധങ്ങളുടെ ഘടന രാഷ്ട്രീയ സമൂഹത്തിന്റെ സ്വഭാവത്തെ എങ്ങനെ പ്രതിഫലിപ്പിക്കുന്നു

എന്നു വിലയിരുത്തുന്നു. മുതലാളിത്ത സമൂഹം സഭയ്ക്ക് സമാനമായ രീതിയിൽ പ്രവർത്തിക്കുന്നുവെന്ന് കണ്ടെത്തുന്നു. അനുഗ്രഹത്തിൽ പ്രധാനം അനുഗ്രഹിക്കപ്പെടാൻ ഒരു കൂട്ടർ ഉണ്ടായിരിക്കണം എന്നതാണ്. ഈ ലേഖനം സാംസ്കാരിക വിമർശനത്തിൽ ഉപയോഗപ്പെടുത്താവുന്ന ഒരു സൈദ്ധാന്തിക ഭാഷയുടെ വികാസം ഈഗിൾട്ടണിൽ രൂപപ്പെടുന്നതിന്റെ ഉദാഹരണമായി പരിഗണിക്കാം. ആ ഭാഷ മാർക്സിസത്തിൽ നിന്നും പ്രാതിഭാസിക വിജ്ഞാനീയത്തിൽനിന്നും ഉരുത്തിരിഞ്ഞതായിരുന്നു.

*സ്ലാന്റി*ന്റെ പല പതിപ്പുകളിലായി വെളിച്ചം കണ്ട ലേഖനങ്ങളെ പുനഃസന്ദർശിക്കുകയും പുനഃപരിശോധിക്കുകയും ചെയ്യുന്ന *The New Left Church* (1966) ആണ് ഈഗിൾട്ടണിന്റെ പ്രഥമ ഗ്രന്ഥം. നീൽ മിഡിൽട്ടൺ ഡയറക്ടറായുള്ള ലണ്ടനിലെ ഷീഡ് ആന്റ് വാർഡ് എന്ന പബ്ലിഷിങ് കമ്പനിയാണ് ഈ ഗ്രന്ഥം പ്രസിദ്ധീകരിച്ചത്. സഭാ, സാഹിത്യം, രാഷ്ട്രീയം എന്നിവയുമായി ബന്ധപ്പെട്ട വിഷയങ്ങളാണ് ഇതിൽ ഉൾക്കൊള്ളിച്ചിരിക്കുന്നത്. സഭയ്ക്ക് ഇടതുപക്ഷ രാഷ്ട്രീയത്തോടുള്ള പ്രതിബദ്ധതയും സാങ്കല്പിക സംസ്കാരത്തോടുള്ള ചാർച്ചയും ക്രിസ്ത്യാനികളെ ബോദ്ധ്യപ്പെടുത്തുകയായിരുന്നു അദ്ദേഹത്തിന്റെ ലക്ഷ്യം. തോമസ് അക്വിനാസിന്റെ *ക്രിസ്തു ദൈവശാസ്ത്രം* മുതൽ ജീൻ പോൾ സാർത്രിന്റെ *അജ്ഞേയ അസ്തിത്വവാദം*വരെ ഈ ഗ്രന്ഥത്തിന്റെ രചനയിൽ സ്വാധീനം ചെലുത്തുന്നുണ്ട്. പക്ഷേ, റാഡിക്കൽ ക്രിസ്റ്റ്യൻ പരിപ്രേക്ഷ്യത്തോട് സോഷ്യലിസ്റ്റ് – ഹ്യൂമനിസ്റ്റ് സാംസ്കാരിക വിമർശനത്തിന്റെ സ്വഭാവത്തെ സംയോജിപ്പിക്കുക എന്നതാണ് ആദ്യന്തം പിന്തുടരുന്ന രീതി. എഫ് ആർ ലീവിസിന്റെ സാഹിത്യവിശകലനവും നവ ഇടതുപക്ഷ ബുദ്ധിജീവികളായ റെയ്മണ്ട് വില്യംസ്, റിച്ചാർഡ് ഹൊഗാർത്ത് എന്നിവരുടെ രാഷ്ട്രീയ–സാംസ്കാരിക വാദവും അതിൽ ഇടപെടുന്നുണ്ട്. ഇങ്ങനെ നിരവധി വാദതന്തുക്കൾ ഇഴ ചേർന്നതാണ് ഈ ഗ്രന്ഥം.

സാഹിത്യസമ്പ്രദായങ്ങളിലൂടെ പ്രകടമാകുന്ന സമൂഹത്തിലെ അന്യവല്ക്കരണത്തിന്റെ രൂപങ്ങൾ കണ്ടെത്തിയ ശേഷം ഈ അന്യവല്ക്കരണം എങ്ങനെ പരിഹരിക്കാമെന്നും എല്ലാ മനുഷ്യർക്കും ഒരേസമയം സ്വതന്ത്രമായി ജീവിക്കാൻ കഴിയുന്ന ജീവിത രീതിയായി സമൂഹത്തെ എങ്ങനെ വികസിപ്പിക്കാമെന്നുമുള്ള ചോദ്യത്തിലേക്ക് ഈഗിൾട്ടൺ തിരിയുന്നു. എല്ലാ മനുഷ്യരും ഒരേസമയം സ്വതന്ത്ര വിഷയങ്ങളായി പരസ്പരം ചൂഷണം ചെയ്യാതെ ജീവിക്കണം. ക്രൈസ്തവ സമൂഹത്തിൽ പരസ്പരം പൊരുത്തപ്പെടാത്തതായി നിലനില്ക്കുന്ന ആശയങ്ങളെ പുനപരിശോധിക്കണം. പ്രത്യക്ഷമായും അപരിഹാര്യമായ അസ്തിത്വപര പരിപ്രേക്ഷ്യത്തിലൂടെ ക്രൈസ്തവ സമൂഹത്തിന്റെ ആശയങ്ങളെ പുന:പരിശോധിക്കണമെന്നാണ് ടെറി

ഈഗിൾട്ടണിന്റെ പരിഹാരനിർദ്ദേശം.

മാനുഷിക മൂല്യങ്ങളിലും സമൂഹത്തിലും ഏറ്റവും യഥാർത്ഥമായത് എന്താണെന്ന് സാഹിത്യത്തിന് എങ്ങനെ അറിയാനാവും? ഇതെങ്ങനെ ക്രിസ്ത്യൻ സങ്കല്പങ്ങളുമായി ബന്ധപ്പെട്ടിരിക്കുന്നു? ഇതൊക്കെ പ്രതിഫലിപ്പിക്കുക എന്ന കടമയാണ് നവ ഇടതുപക്ഷ സഭയിൽ ടെറി ഈഗിൾട്ടൺ സ്വീകരിച്ചത്. സമകാലിക സമൂഹത്തിന്റെ ഹൃദയഭാഗത്ത് പൊതുജീവിതമെന്ന ആശയവും തീവ്രത എന്ന ആശയവും തമ്മിലുള്ള നിർണ്ണായകവിഭജനത്തെ ഈഗിൾട്ടൺ സ്ഥാപിക്കുന്നത് ഉദാഹരണമായെടുക്കാം ആധുനിക ട്രാജഡിയുടെ നിരവധി സന്ദർഭങ്ങളിൽ സംഭവിക്കുന്ന ഒന്നായി അദ്ദേഹം കാണുന്നത് അനുരഞ്ജനപ്പെടാതെ ഒരു വിശ്വാസ സമ്പ്രദായത്തെ പിന്തുടരുന്ന തീവ്രതയുടെ പ്രശ്നങ്ങളാണ്. ആർതർ മില്ലറുടെ *ഡെത്ത് ഓഫ് എ സെയിൽസ്മാൻ* എന്ന കൃതിയിലെ വില്ലിലോമൻ അന്യവല്ക്കരിക്കപ്പെട്ട മുതലാളിത്ത സമൂഹത്തിൽ കുടുങ്ങിയ ഒരു ഗംഭീരമനുഷ്യന്റെ നിലനില്പിനെ പ്രതീകവല്ക്കരിക്കുന്നു. സമൂഹം തന്നെ അംഗീകരിക്കുകയും ബഹുമാനിക്കുകയും ചെയ്യുമെന്ന വിശ്വാസത്തിൽ വിട്ടുവീഴ്ച ചെയ്യാൻ വിസമ്മതിച്ച അയാൾ ഒരു അയഥാർത്ഥ ലോകത്തിൽ ജീവിക്കുന്നു. ഒടുവിൽ ഇൻഷുറൻസ് തുക മക്കൾക്ക് കിട്ടുന്നതിനായി സ്വയം മരണത്തിൽ അഭയം കണ്ടെത്തുന്നു.

കുടുംബാംഗങ്ങളും സുഹൃത്തുക്കളും പറയുന്നതിനോട് അയാൾക്ക് യോജിക്കാനായില്ല. വിജയ സ്വപ്നങ്ങളിൽനിന്നു വിരമിക്കാനും തയ്യാറായില്ല. അവയെ പരിഷ്കരിക്കാനും ഒരുക്കമായിരുന്നില്ല. ആധുനിക ട്രാജഡികളുടെ തീവ്രത മനുഷ്യരെ സമൂഹത്തിന് പുറത്തേക്കെറിയുന്നു എന്ന പൊതുധർമ്മ സങ്കടത്തിലേക്ക് വിരൽ ചൂണ്ടുന്നു. തീവ്രതയെ എങ്ങനെ സമൂഹത്തിലേക്ക് സർഗ്ഗാത്മകമായി സന്നിവേശിപ്പിക്കാമെന്ന അടിയന്തര ചോദ്യം ഉണ്ടാകുന്നു. പൊതുജീവിതത്തിന്റെ കെട്ടുറപ്പിനെ തകർക്കുന്നത് എങ്ങനെ തടയാമെന്ന ചോദ്യത്തിനും ഈഗിൾട്ടൺ ഉത്തരം നല്കുന്നു. അന്യവല്ക്കരിക്കപ്പെട്ട വ്യക്തിയുടെ തീവ്രമായ ആവിഷ്കാരങ്ങളെ ഒരു പൊതു സമൂഹത്തിന്റെ പൂർണ്ണ ഭാഗമാക്കി മാറ്റുക. സമൂഹം സാധാരണ ജീവിതവും ഉല്പാദനവും ഈ സാമ്പത്തിക സമൂഹത്തിൽനിന്നു വളർന്നു വരുന്ന പൊതു സംസ്കാരവുമാണ് നല്കേണ്ടത്. മുതലാളിത്ത ഉല്പാദന രീതികൾക്ക് കീഴിൽ തൊഴിലാളിക്ക് വസ്തുവുമായുള്ള ബന്ധത്തെ യുവ മാർക്സ് വിശദീകരിച്ചിട്ടുണ്ട്. അതിനെ ആസ്പദമാക്കി ആധുനിക കവിതയുടെ ചരിത്രത്തിലൂടെ അന്യവല്ക്കരിക്കപ്പെട്ട സമൂഹത്തെ കണ്ടെത്താൻ കഴിയുമെന്ന് ഈഗിൾട്ടൺ വ്യക്തമാക്കുന്നു തന്റെ ഉല്പന്നത്തിൽ തൊഴിലാളിയെ അന്യവല്ക്കരിക്കുക എന്നതിനർത്ഥം അയാളുടെ അദ്ധ്വാനം ഒരു വസ്തുവായി മാറുന്നു എന്നാണ്. അത് ഒരു ബാഹ്യ അസ്തിത്വമാണ്. മാത്രമല്ല അത് അവന് പുറത്ത്, സ്വതന്ത്രമായി അവന് അന്യമായ

ഒന്നായി മാറുന്നുവെന്നും അതൊരു അധികാരമായി തീരുന്നുവെന്നും മാർക്സ് വിശദീകരിച്ചു. ഇംഗ്ലീഷ് കവിതയുടെ ചരിത്രത്തിലും സമാനമായ ഒരു പ്രക്രിയ ഈഗിൾടൺ കാണുന്നു. മുതലാളിത്തം അപകടകരവും അധാർമ്മികവുമായ ഒരു ജീവിതരീതിയാണെന്നും അതേ രീതിയിൽത്തന്നെ കാല്പനികത, അപകടകരവും സാദ്ധ്യമാംവിധം അധാർമ്മിക കവിതാരൂപവുമാണെന്ന് അദ്ദേഹം വിലയിരുത്തി. രണ്ടും ഒരേ രീതിയിൽ യാഥാർത്ഥ്യത്തോടുള്ള സ്വഭാവപരമായ നിലപാടിനെ ഒറ്റിക്കൊടുക്കുന്നു.

സ്വാതന്ത്ര്യത്തിന്റെ ഉത്തരവാദിത്വങ്ങളെക്കുറിച്ചുള്ള സാർത്രിയൻ ഭീതിയിൽനിന്ന് രക്ഷപ്പെടാനുള്ള ഒരു മാർഗ്ഗമായി ഈഗിൾട്ടൺ മുന്നോട്ടുവയ്ക്കുന്നത് ക്രിസ്തുവിന്റെ ആശയമാണ്. ക്രിസ്തു മനുഷ്യസ്വാതന്ത്ര്യത്തിന്റെ ആത്യന്തിക പ്രതീകമാണ്. ക്രിസ്തു "ഇവിടെയും എല്ലായിടത്തും" (സാർത്രിന്റെ പ്രയോഗം കടമെടുത്ത്) ഉണ്ട്. ക്രൈസ്തവസമൂഹത്തിന്റെ ഘടനാപരമായ ഐക്യത്തിനൊപ്പം ഓരോ ഘടകത്തിലും ആന്തരികവല്ക്കരണവും നടക്കുന്നുണ്ട്. അപരന്റെ വ്യക്തിനിഷ്ഠതയുടെ കേന്ദ്രമെന്ന നിലയിൽ സമൂഹത്തിലെ ഓരോ അംഗവും ക്രിസ്തുവിനെ കണ്ടുമുട്ടുന്നു. കൂടാതെ, അവരവരുടെതന്നെ വ്യക്തിനിഷ്ഠതയുടെ കേന്ദ്രമെന്ന നിലയിലും ക്രിസ്തുവിനെ കണ്ടുമുട്ടുന്നു. അങ്ങനെ ഒരാൾക്ക് മറ്റൊരാളുടെ വസ്തുനിഷ്ഠതയെ ചൂഷണം ചെയ്യാനുള്ള സാദ്ധ്യതകൾ ഇല്ലാതാകുന്നു, അതുപോലെ ചൂഷണം ചെയ്യപ്പെടാനുള്ള സാദ്ധ്യതയും. പ്രസിദ്ധീകരിക്കപ്പെട്ട കാലത്ത് ഊഷ്മളമായ വരവേല്പാണ് ലഭിച്ചതെങ്കിലും ഈ ആശയങ്ങളുടെ ഫലപ്രാപ്തിയെക്കുറിച്ച് പല നിരൂപകരും സംശയം പ്രകടിപ്പിക്കുകയുണ്ടായി. എന്നാൽ, ഇന്നു പുനഃപരിശോധിക്കുമ്പോൾ ചില സവിശേഷതകൾ കണ്ടെത്താം. സാംസ്കാരിക-സാഹിത്യ നിരൂപണത്തിൽ ഈഗിൾട്ടൺ ഒരു സവിശേഷരീതി അവതരിപ്പിക്കുന്നുണ്ടെന്നതാണതിൽ പ്രധാനം. വില്യംസ്, ലിവിസ്, ക്രിസ്തു എന്നിവരുടെ ആശയസമന്വയത്തിന്റെ എല്ലാ പരിമിതികൾക്കും അപ്പുറമുള്ള ഒരു പരിശ്രമം അദ്ദേഹത്തിന്റെ പക്കൽ നിന്നുണ്ടായിട്ടുണ്ട്. പ്രതിബദ്ധതയുള്ള ഒരെഴുത്തുകാരനെയും കണ്ടെത്താം. പില്ക്കാല കൃതികളിൽ അത്ര വ്യക്തമല്ലാത്തതും എന്നാൽ ഇവിടെ നേരിട്ടു പ്രകടമാകുന്നതുമായ ബൗദ്ധിക തലത്തിന്റെ രൂപവല്ക്കരണം ഈ കൃതി കാണിച്ചു തരുന്നു. പ്രത്യേകിച്ച്, യുവ മാർക്സിന്റെ മാനവിക രചനകൾക്ക് നല്കുന്ന പ്രബലമായ ഊന്നൽ. കൂടാതെ, സാർത്രിന്റെ അസ്തിത്വവാദവും. ഒരു പക്ഷേ, ഏറ്റവും വിശാലമായ തലത്തിൽ അദ്ദേഹത്തിന്റെ രചനകളിൽ കരിയറിലുടനീളം പ്രതിദ്ധ്വനിക്കുന്ന ഉൽക്കണ്ഠകളുടെ ആവിർഭാവം സൂചനയായി ഈ കൃതിയിൽ കാണാൻ സാധിക്കുന്നു. സാഹിത്യനിരൂപകന് സാഹിത്യത്തെക്കുറിച്ചു മാത്രമല്ല അത് ഉദയം ചെയ്യുന്ന സമൂഹത്തെക്കുറിച്ചും

എങ്ങനെ അഭിപ്രായം പറയണമെന്ന നിലപാട് അദ്ദേഹം വെളിപ്പെടുത്തി. സാഹിത്യത്തെ ഒരു വസ്തുവായിട്ടല്ല മറിച്ച് വിശാലമായ സമൂഹത്തിലേക്കു പ്രവേശിക്കാനുള്ള മാർഗ്ഗമായിട്ടാണ് കാണേണ്ടതെന്ന് സമർത്ഥിച്ചു. സഭ, കല, രാഷ്ട്രീയം എന്നിവയ്ക്കെല്ലാം പൊതുവായത് അവയെല്ലാം എല്ലാവരും മനുഷ്യരായിരിക്കേണ്ടതിന്റെ അടിസ്ഥാന സന്ദേശം നല്കുന്നുവെന്നതാണ് ഈഗിൾട്ടൺ കണ്ടെത്തുന്നത്. ആത്മാർത്ഥമായ മാനവികതാവാദമാണ് നവ ഇടതുപക്ഷ സഭയിൽ ദൃശ്യമാകുന്നതെങ്കിൽ വിമർശനവും പ്രത്യയശാസ്ത്രവും എന്ന കൃതിയിൽ അൽത്തൂസറിന്റെ പ്രത്യയശാസ്ത്രത്തെക്കുറിച്ചുള്ള മാനവിക വിരുദ്ധ സങ്കല്പനങ്ങൾ പലതും ആംഗ്ലോ-അമേരിക്കൻ വായനക്കാർക്കു പരിചയപ്പെടുത്തുന്ന ഈഗിൾട്ടണിനെയാണ് കാണാൻ സാധിക്കുന്നത്. നവ ഇടതുപക്ഷ സഭയിൽ 'സാഹിത്യം നമ്മെ എങ്ങനെ ജീവിക്കണമെന്നു പഠിപ്പിക്കുന്നു, അല്ലെങ്കിൽ അതൊന്നും ചെയ്യുന്നില്ല' എന്നു പറഞ്ഞ ഈഗിൾട്ടൺ എൺപതുകളിൽ *സാഹിത്യസിദ്ധാന്തം – ഒരു ആമുഖം* എന്ന കൃതിയിൽ സാഹിത്യത്തിന്റെ മരണമെന്ന ഒരു വിവാദ പ്രഖ്യാപനത്തിലൂടെ ലോകപ്രശസ്തനായ റിബലായി മാറി. ഇങ്ങനെ ആദ്യകാല ഈഗിൾട്ടണും പില്ക്കാല ഈഗിൾട്ടണും തമ്മിൽ ചില വ്യക്തവും കുറച്ച് ഉപരിപ്ലവവുമായ വ്യത്യാസങ്ങൾ കാണാം.

1966 ൽ *The Slant Manifesto* എഡിറ്റ് ചെയ്തു പ്രസിദ്ധീകരിച്ചവരിൽ ഒരാൾ ഈഗിൾട്ടണായിരുന്നു. അഡ്രിയാൻ കണ്ണിംഹാം, ബ്രയാൻ വിക്കർ തുടങ്ങിയവരും അതിൽ പങ്കാളികളായി. പ്രകോപനപരമായ പല ലേഖനങ്ങളും അക്കൂട്ടത്തിലുണ്ടായിരുന്നു. കണ്ണിംഹാമിനോടു ചേർന്ന് സഹ രചയിതാവായി മുതലാളിത്തത്തിനെതിരെ ക്രിസ്ത്യാനികൾ എന്ന പ്രാരംഭലേഖനം തയ്യാറാക്കിയത് ഈഗിൾട്ടണായിരുന്നു. ക്രിസ്തുവിന്റെ പഠിപ്പിക്കൽ രാഷ്ട്രീയപഠിപ്പിക്കലായി തിരിച്ചറിയാനുള്ള ഒരു ആഹ്വാനം അതിലുണ്ടായിരുന്നു. *സ്ലാന്റി*ന്റെ നീക്കങ്ങളുടെ യുക്തിയെ വിശദീകരിക്കാനുള്ള അറിവും ആത്മവിശ്വാസവും വ്യക്തമായ നിലപാടും അതിൽ പ്രതിഫലിച്ചിരുന്നു. ക്രിസ്ത്യാനികൾക്ക് യാഥാസ്ഥിതികരോ വലതുപക്ഷസോഷ്യലിസ്റ്റുകളോ ആകാം. പക്ഷേ, അവർ മുതലാളിത്തത്തെ തിന്മയായി കരുതി അതിനെതിരായി യുദ്ധം ചെയ്യണം. അവർ സഭയുടെ പരമ്പരാഗത ശത്രുക്കളായ ഇടതുപക്ഷ സോഷ്യലിസ്റ്റുകളുമായും നിരീശ്വരവാദികളായ മാർക്സിസ്റ്റുകളുമായി യോജിക്കണം. ഒരു യഥാർത്ഥ ക്രിസ്ത്യൻ സമൂഹത്തെ സാക്ഷാൽക്കരിക്കാനാണ് അവർ ആഗ്രഹിച്ചത്. അതിനുവേണ്ടി, സഭ പുരോഗമന ദിശയിൽ സഞ്ചരിക്കാനാവശ്യമായ പരിഷ്കാരങ്ങൾ അവർ നിർദ്ദേശിച്ചു. 1967 ലെ *സ്ലാന്റ്* സിമ്പോസിയത്തിലവതരിപ്പിച്ച പ്രബന്ധങ്ങളുടെ സമാഹാരം അദ്ദേഹം ബ്രയാൻ വിക്കറിനൊത്ത് എഡിറ്റ് ചെയ്ത് 1968 ൽ *സംസ്കാരത്തിൽ നിന്ന് വിപ്ലവത്തിലേക്ക്* എന്ന ശീർഷകത്തിൽ പ്രസിദ്ധീകരിച്ചു. കത്തോലിക്കാ ദൈവ

ശാസ്ത്രത്തെ സംബന്ധിച്ച ഈഗിൾട്ടണിന്റെ അവസാനത്തെ പ്രധാന കൃതി *ശരീരമായിത്തീരുന്ന ഭാഷ* (*The Body as Language*, 1970) യാണ്. നവ ഇടതുപക്ഷ സഭയിൽ താല്ക്കാലികമായി പ്രത്യക്ഷപ്പെട്ട നിരവധി വിഷയങ്ങൾ വിശകലനം ചെയ്ത് സൈദ്ധാന്തിക ചട്ടക്കൂടിലൂടെ വികസിപ്പിച്ച് ഇതിൽ അവതരിപ്പിക്കുന്നു. ക്രൈസ്തവ ധർമ്മവും മാർക്സിസവും തമ്മിലുള്ള ബന്ധങ്ങളും വ്യത്യാസങ്ങളും വെളിപ്പെടുത്താനുള്ള ശ്രമമെന്നു ഈഗിൾട്ടൺ തന്നെ വിശേഷിപ്പിച്ച കൃതിയാണിത്. ഭാഷാസിദ്ധാന്തത്തിന്റെയും മാർക്സിസത്തിന്റെയും സങ്കല്പനങ്ങളിലൂടെ വീഴ്ചയുടെയും വീണ്ടെടുപ്പിന്റെയും ക്രിസ്തീയ സങ്കല്പങ്ങളെ പുനർവിചിന്തനം ചെയ്യുന്നു. ഐറിഷ് ഡൊമിനിക്കൻ ആംഗലേയ പുരോഹിതനായ ഹെർബർട്ട് മക്ക് കാബിന്റെ ശക്തമായ സ്വാധീനം ഈ കൃതിയുടെ രചനയിലുണ്ടായിട്ടുണ്ട്.

മനുഷ്യസമൂഹത്തിന് അദ്വിതീയമായ ഒരു ജൈവിക ഐക്യവും ഭാഷാഐക്യവും ഉണ്ട്. ഭാഷാപരമായ ലോകത്തിലേക്കുള്ള പ്രവേശനം മനുഷ്യനെ ഭാഷയുടെ സൃഷ്ടിപരവും വിനാശകരവുമായ സാദ്ധ്യതകളിലേക്ക് നയിക്കുന്നു. അതിൽ പതനമനുഷ്യാവസ്ഥയുടെ സവിശേഷതകൾ ഈഗിൾട്ടൺ കണ്ടെത്തുന്നു. മനുഷ്യൻ മറ്റ് മൃഗങ്ങളിൽനിന്ന് വ്യത്യസ്തനാണ്. ഭാഷ വംശജീവിതത്തിന്റെ നിർണ്ണായക പരിധിക്കുള്ളിൽ കുടുങ്ങിയ മനുഷ്യന്റെ മൃഗസ്വഭാവത്തെ അകറ്റുകയും വസ്തുനിഷ്ഠമാക്കുകയും ചെയ്യുന്നതിലൂടെ പ്രകൃതിയുമായി പരിവർത്തനാത്മകമായ ബന്ധത്തിലേക്ക് പ്രവേശിക്കാൻ അവനെ അനുവദിക്കുന്നു. ഭാഷയിലേക്കുള്ള പതനം അങ്ങനെ മനുഷ്യാസ്തിത്വത്തിന് ഇരട്ടച്ചക്രവാളങ്ങൾ തുറന്നു കൊടുക്കുന്നു. ഒരേ സമയം മാനവരാശിക്ക് സർഗ്ഗാത്മകതയുടെയും പ്രകടനപരതയുടെയും സാദ്ധ്യതയെ അനുവദിക്കുന്നു. ഒരു നായയ്ക്ക് അത് കൈവരിക്കാനാവില്ല. കാരണം നായ ഒരു ഭാഷാമൃഗമല്ല. വിറ്റിങ്സ്റ്റൈന്റിന്റെ തത്ത്വചിന്താപരമായ അന്വേഷണത്തിൽനിന്നും ഈഗിൾടൺ കടമെടുത്തതാണ് ഈ പ്രസ്താവം. ഭാഷ നിരന്തരമായ നവീകരണ സാദ്ധ്യത തുറക്കുന്നു. യാഥാർത്ഥ്യത്തെ ക്രമീകരിക്കുന്ന സങ്കേതങ്ങളാണവ. അതുപയോഗിച്ച് ബുദ്ധിശക്തിയെയും പ്രായോഗികതയെയും നിയന്ത്രിക്കാം. വ്യക്തിപരമായ ഉദ്ദേശ്യത്തിലേക്ക് യാഥാർത്ഥ്യത്തെ ക്രമീകരിക്കുകയും മറ്റ് മനുഷ്യശരീരങ്ങളെ സ്വകാര്യ നേട്ടത്തിനായി ചൂഷണം ചെയ്യാവുന്ന ചരക്കുകളായി ഉപയോഗിക്കുകയും ചെയ്താൽ അത് ആത്മീയവും രാഷ്ട്രീയവുമായ തകർച്ചയ്ക്ക് കാരണമാകും. മനുഷ്യൻ മറ്റു മനുഷ്യരെ സ്വന്തം നേട്ടങ്ങൾക്കായി ഉപയോഗിക്കുമ്പോൾ, തന്റെ സ്വകാര്യത സ്വയം മുന്നേറ്റത്തിനുള്ള വസ്തുക്കളായി കാണുമ്പോൾ ക്രിസ്ത്യാനി പാപമെന്നും സോഷ്യലിസ്റ്റ് മുതലാളിത്തമെന്നും വിളിക്കുന്നത് സംഭവിക്കുന്നു. വീണുപോയ ഭാഷാജന്തുവായ മനുഷ്യന് എങ്ങനെ

വസ്തുവല്ക്കരണ(reification)ത്തിൽനിന്ന് രക്ഷപ്പെടാം എന്നാണ് ഈഗിൾട്ടൺ അന്വേഷിക്കുന്നത്. ആധുനിക മുതലാളിത്ത സമൂഹത്തിന്റെ സ്വഭാവമാണ് വസ്തുവല്ക്കരണം. കേവലം ശരീരങ്ങൾ മാത്രമായ ഒരു സമൂഹത്തെ ആരാധനാ സമൂഹത്തിലേക്ക് രൂപാന്തരപ്പെടുത്തുന്ന ക്രിസ്തുസഭയുടെ സ്വഭാവത്തെ ഈഗിൾട്ടൺ സമാനമായി കാണുന്നു. മരണാനന്തര മനുഷ്യഭാവി യാഥാർത്ഥ്യമാണെന്ന ക്രിസ്ത്യാനികളുടെ അസംബന്ധദർശനത്തെ പരിശോധിക്കുന്നു. ഇപ്പോഴത്തെ ശരീരങ്ങളുടെ അതാര്യത ദൈവത്തിന്റെ ശക്തിയാൽ ശുദ്ധസുതാര്യതയിലേക്ക് രൂപാന്തരപ്പെടുമെന്ന് അവർ വിശ്വസിക്കുന്നു. ഇത് കെട്ടിപ്പടുക്കുന്നതിലാണ് ക്രിസ്തുമതത്തിന്റെ സമൂലമായ സാദ്ധ്യതകളും കഴിവുകളും ഈഗിൾട്ടൺ കാണുന്നത്. ഒറ്റപ്പെട്ട കെട്ടിടങ്ങൾ നിർമ്മിക്കുന്നതിലല്ല സഭ ശ്രദ്ധകേന്ദ്രീകരിക്കേണ്ടത്. വീണുപോയ പുറം ലോകത്തിനെതിരെ ഒത്തുചേരണം. മനുഷ്യസമൂഹത്തിന്റെ നിർമ്മാണത്തിൽ പങ്കാളിയാകണം. സൃഷ്ടിപരമായി പരിശ്രമിക്കുകയും ഒരു പൊതു സമൂഹത്തെ രൂപപ്പെടുത്തുകയും വേണം. മറ്റൊരുവിധത്തിൽ പറഞ്ഞാൽ ഒരു സോഷ്യലിസ്റ്റ് സമൂഹത്തിന്റെ നിർമ്മാണം. അടിച്ചമർത്തപ്പെട്ടവരുടെയും ചൂഷണം ചെയ്യപ്പെടുന്നവരുടെയും മോചനം ക്രൈസ്തവവിപ്ലവത്തിന്റെ ദൗത്യകേന്ദ്രമായിത്തീരണം. ഒരു വ്യാജസമൂഹത്തിൽ നിന്നുള്ള ആധികാരികവും ആത്യന്തികവുമായ മോചനം. ഒരു ശാശ്വത വിപ്ലവമാണ് ക്രിസ്തു നമ്മോട് ആവശ്യപ്പെടുന്നതെന്ന് ഈഗിൾട്ടൺ വ്യക്തമാക്കുന്നു. ക്രിസ്തുവിന്റെ ലക്ഷ്യത്തിലേക്ക്, സത്യത്തിലേക്ക് മനുഷ്യസമൂഹത്തെ പരിവർത്തിപ്പിക്കണം. ഒരു ഏകീകൃത മനുഷ്യസമൂഹത്തെ സൃഷ്ടിക്കണം. ഇതായിരിക്കണം കത്തോലിക്കാസഭയുടെ ധർമ്മമെന്ന് അദ്ദേഹം നിർദ്ദേശിച്ചു. മാർക്സിസ്റ്റ്–ലെനിനിസ്റ്റ് രാഷ്ട്രീയ വിപ്ലവങ്ങളിൽ പാർട്ടിയുടെ പ്രവർത്തനത്തിനു സമാനമായിരിക്കണം സഭയുടെ പ്രവർത്തനവുമെന്ന് വ്യക്തമാക്കി. സമൂഹത്തെ നയിക്കുകയും പ്രതിനിധീകരിക്കുകയും ചെയ്തുകൊണ്ട് വിപ്ലവപുരോഹിതനും പാർട്ടിയും ജനങ്ങളും ഭാവിസമൂഹവും തമ്മിലുള്ള വൈരുദ്ധ്യാത്മക ബന്ധത്തിൽ പ്രവേശിക്കണം. ഇവിടെയൊക്കെ ഘടനാവാദം, ഭാഷ ശാസ്ത്രം, പ്രാതിഭാസിക വിജ്ഞാനീയം തുടങ്ങിയവയുടെ വിമർശനാത്മക ഇടപെടലിന്റെ ഉദയരശ്മികൾ ദൃശ്യമാണ്. അദ്ദേഹത്തിന്റെ ദൈവശാസ്ത്രരചനകളിൽ മാത്രമല്ല വിമർശനങ്ങളിലും അത് കൂടുതൽ പ്രത്യക്ഷമായി പ്രകടമായി. ഭൂഖണ്ഡാന്തര മാർക്സിസ്റ്റ് പാരമ്പര്യത്തിൽ നിന്ന് ഉണ്ടാകുന്ന പ്രശ്നങ്ങളുമായി ഇടപെട്ടപ്പോൾ പ്രത്യേകിച്ചും. ഇതിൽ ഏറ്റവും കൗതുകകരമായ കാര്യമായി ജയിംസ് സ്മിത്ത് ചൂണ്ടിക്കാണിക്കുന്നത് ഈഗിൾട്ടണിന്റെ സൈദ്ധാന്തിക ചട്ടക്കൂടിനുള്ളിൽ മാർക്സിസത്തിന്റെ ഉന്നതനിലയും ക്രിസ്തുവിനോടുള്ള ഉറച്ച വിധേയത്വവുമാണ്.

ഇടതുപക്ഷ കത്തോലിക്ക പ്രവർത്തനങ്ങളിൽ ടെറി ഈഗിൾട്ട ണിന്റെ സംഭാവനയുടെ വൈവിദ്ധ്യമാർന്ന മേഖലകളെക്കുറിച്ച് ഇവിടെ പ്രതിപാദിച്ചു. ഇടതുപക്ഷ കത്തോലിക്കരുമായി അദ്ദേഹത്തിനുള്ള മാനസികപ്പൊരുത്തത്തിനു പല കാരണങ്ങളാൽ പ്രാധാന്യമുണ്ട്. ബൗദ്ധിക-രാഷ്ട്രീയ ചരിത്രത്തിന്റെ തലത്തിൽ *സ്ലാന്റ്* ഗ്രൂപ്പ് ഈഗിൾ ട്ടണിന്റെ കരിയറിലും ബ്രിട്ടീഷ് നവ ഇടതുപക്ഷത്തിന്റെ ചരിത്രത്തി ലുമുള്ള ഒരു ഉജ്ജ്വലമുഹൂർത്തത്തെ പ്രതിനിധീകരിക്കുന്നു. അവിടെ ക്രിസ്തുവും മാർക്സും താല്ക്കാലികമായിട്ടാണെങ്കിൽപ്പോലും ഒരേ രാഷ്ട്രീയലക്ഷ്യത്തിൽ സഖ്യകക്ഷികളായിത്തീർന്നു. എന്നാൽ, സോഷ്യ ലിസ്റ്റ് മാറ്റത്തിനു കത്തോലിക്കാസഭയും സ്ഥാപനങ്ങളും എത്രമാത്രം സഹകരിക്കുമെന്ന സംശയം അസ്ഥാനത്തായില്ല. എങ്കിലും, ഈഗിൾട്ട ണിന്റെ പില്ക്കാല രചനകൾക്കു വിധേയമാകുന്ന പല വിഷയങ്ങൾക്കും അതുപോലെ പിന്നീട് സംഭവിച്ച പല പരിവർത്തനങ്ങൾക്കും ഇടതുപക്ഷ കത്തോലിക്കരുമായുള്ള സമ്പർക്കം കാരണമായി എന്നത് ഗൗരവമേറിയ ഒരു യാഥാർത്ഥ്യമാണ്.

1969 ൽ ഈഗിൾട്ടൺ *സ്ലാന്റി*ന്റെ എഡിറ്റർ കുപ്പായവും അണിയുക യുണ്ടായി. മുപ്പതുലക്കങ്ങൾ പ്രസിദ്ധീകരിച്ച ശേഷം *സ്ലാന്റ്* 1970 ഫെബ്രു വരിയിൽ പ്രസിദ്ധീകരണം അവസാനിപ്പിച്ചു. ഷീഡ് ആന്റ് വാർഡ് സാമ്പ ത്തിക സഹായം പിൻവലിച്ചതായിരുന്നു കാരണം. മെല്ലെ ഈഗിൾട്ട ണിന്റെ ബൗദ്ധികാശങ്കകൾ സോഷ്യലിസ്റ്റ് ദൈവശാസ്ത്രത്തിന്റെ മേഖ ലയിൽ നിന്നും മാർക്സിസ്റ്റ് സിദ്ധാന്തത്തിന്റെ മതേതരമേഖലകളിലേക്കു തിരിഞ്ഞു.

# റെയ്മണ്ട് വില്യംസും ടെറി ഈഗിൾട്ടണും

**ഒ**രു ഗവേഷകനായി ജീവിതമാരംഭിക്കുമ്പോൾത്തന്നെ പ്രതിഭാശാലിയായ എഴുത്തുകാരനെന്ന നിലയിൽ ടെറി ഈഗിൾട്ടൺ പേരെടുത്തിരുന്നു. *ഷേക്സ്പിയറും സമൂഹവു* (1967) മായിരുന്നു അദ്ദേഹത്തിന്റെ പ്രഥമ സാഹിത്യനിരൂപണഗ്രന്ഥം. അടുത്ത ദശകത്തിൽ അദ്ദേഹത്തിൽ നിന്നും *Exiles and Emigres* (1970), *Myths of power* (1975), *മാർക്സിസവും സാഹിത്യനിരൂപണവും* (1976), *വിമർശനവും പ്രത്യയശാസ്ത്രവും* (1976) എന്നിങ്ങനെ പുസ്തകങ്ങളുടെ ഒരു പരമ്പരതന്നെ വരുകയുണ്ടായി. പശ്ചാത്യ മാർക്സിസത്തിൽ സംഭവിക്കുന്ന സൈദ്ധാന്തിക സംവാദങ്ങളുടെ പശ്ചാത്തലത്തിൽ ഈ കൃതികൾ ചില ആശങ്കകൾ ഉന്നയിച്ചു. റെയ്മണ്ട് വില്യംസ്, ഗയൊാക്ക് ലൂക്കാച്ച്ലൂനയഷ്യൻ ഗോൾഡ്മൻ, ലൂയിപിയ്റെ അൽത്തൂസർ, പിയെമാഷ്റെ എന്നിവരുടെ വിമർശനാത്മക സിദ്ധാന്തങ്ങളുമായി ശ്രദ്ധേയമായ സംവാദങ്ങളിൽ ഏർപ്പെട്ട ഈഗിൾട്ടൺ ഈ കാലഘട്ടത്തിൽ ഒരു മാർക്സിസ്റ്റ് പൂർവ്വകാല മാനവികതയിൽനിന്നും ശാസ്തീയ മാർക്സിസ്റ്റു വിമർശനത്തിലേക്ക് നീങ്ങി. മേല്പറഞ്ഞ കൃതികൾ ഈഗിൾട്ടണിന്റെ വിമർശനാത്മക വികാസത്തിന്റെ ഉദാഹരണങ്ങളായി മാത്രം പരിഗണിക്കപ്പെണ്ടേവയല്ല. അവ ഇരുപതാം നൂറ്റാണ്ടിലെ മാർക്സിസ്റ്റ് വിമർശനാത്മക സിദ്ധാന്തത്തിന്റെ വികാസത്തിലെ നിർണ്ണായകമായ സൈദ്ധാന്തികമാറ്റങ്ങളിൽ പലതും അടയാളപ്പെടുത്തുന്നവ കൂടിയാണ്. ടെറി ഈഗിൾടണിന്റെ ആദ്യകാല സാഹിത്യനിരൂപണത്തെ ഏറ്റവും സ്വാധീനിച്ച വ്യക്തി റെയ്മണ്ട് ഹെൻറി വില്യംസായിരുന്നു. സാംസ്കാരിക ഭൗതികവാദമെന്ന സൈദ്ധാന്തിക നിർമ്മിതിയുടെ സ്രഷ്ടാവെന്ന നിലയിലും ബ്രിട്ടീഷ് സംസ്കാരപഠ

നത്തിന്റെ സഹസ്ഥാപകരിൽ ഒരാളെന്ന നിലയിലും അദ്ദേഹം പ്രശസ്തിയുടെ ഗിരിശൃംഗപ്രാപ്തി കൈവരിച്ചു. വില്യംസിന്റെ പ്രണതശിഷ്യനായാണ് ഈഗിൾട്ടൺ അറിയപ്പെട്ടിരുന്നത്. ട്രിനിറ്റി കോളേജിൽ വെച്ചാരംഭിച്ച ആരാധന പക്ഷേ, പലപ്പോഴും ആശയ സംവാദങ്ങളിൽ ഈഗിൾട്ടണിന്റെ നിലപാടിനെ സ്വാധീനിക്കുകയുണ്ടായില്ല.

കമ്യൂണിസ്റ്റ് പാർട്ടിയിലെ അംഗങ്ങൾ പ്രയോഗിച്ച മാർക്സിസ്റ്റ് സാഹിത്യനിരൂപണവും കേംബ്രിഡ്ജിലെ പ്രശസ്ത നിരൂപകൻ എഫ് ആർ ലീവിസിന്റെ പ്രവർത്തനവും വില്യംസിനെ സ്വാധീനിച്ചു. പക്ഷേ, രണ്ടു മാർഗ്ഗങ്ങളുടെയും പരിമിതികൾ അദ്ദേഹത്തെ നിരാശനാക്കി. 1930–40 കളിലെ യാഥാസ്ഥിതിക മാർക്സിസ്റ്റ് വിമർശനം തൊഴിലാളി വർഗ്ഗ സംസ് കാരത്തിന്റെ സങ്കീർണ്ണതകളെ കണക്കിലെടുക്കാത്തതിൽ വില്യംസിന് നിരാശ തോന്നി. അതേസമയം ആധുനിക സംസ ്കാരത്തോടുള്ള ലീവിസിന്റെ അവഗണനയും ജൈവ, വ്യവസായ ത്തിനുമുമ്പുള്ള, സമൂഹത്തോട് അദ്ദേഹത്തിനുള്ള താല്പര്യവും വില്യംസിനെ ആകർഷിച്ചു. വ്യാവസായിക വിപ്ലവം അദ്ധ്വാനിക്കുന്ന ജനങ്ങളുടെ ജീവിതത്തിൽ വരുത്തിയ യഥാർത്ഥ നേട്ടങ്ങളെ അവഗണിക്കുന്നതായി അദ്ദേഹം മനസ്സിലാക്കി. ആധുനിക സംസ്കാരത്തെക്കുറിച്ച് ഒരു സോഷ്യലിസ്റ്റ് ഹ്യുമനിസ്റ്റ് ധാരണ നല്കുകയും പ്രധാന സാംസ്കാരിക നിഗമനങ്ങളിലെ മാറ്റങ്ങൾ വിലയിരുത്തുകയും ചെയ്യുക എന്ന ലക്ഷ്യത്തോടെ വില്യംസ് *സംസ്കാരവും സമൂഹവും*, *ദ കൺട്രി ആന്റ് ദ സിറ്റി* തുടങ്ങിയ കൃതികളിലൂടെ ഒരു അന്വേഷണമാരംഭിച്ചു. വില്യംസിന്റെ ക്ലാസ് കേട്ട അനുഭവത്തെ 'ഒരസാധാരണ വ്യക്തിഗത മോചനം' എന്നാണ് ഈഗിൾട്ടൺ വിശേഷിപ്പിച്ചത്. വില്യംസിന്റെ ആഗ്രഹം പോലെ ശിഷ്യൻ കേംബ്രിഡ്ജിലെ ജീസസ് കോളേജിൽ ഇംഗ്ലീഷ് പഠിപ്പിക്കുന്നതിന് ഇരുപത്തിയൊന്നാമത്തെ വയസ്സിൽ നിയമിതനായി. അങ്ങനെ രൂപവല്ക്കരണ കാലഘട്ടത്തിൽത്തന്നെ വില്യംസിന്റെ ശക്തമായ സ്വാധീനം അദ്ദേഹത്തിലുണ്ടായി. വ്യക്തിയും സമൂഹവും തമ്മിലുള്ള ബന്ധം വില്യംസിന്റെ കരിയറിലുടനീളം ഒരു നിർണ്ണായക അന്വേഷണ മേഖലയായിരുന്നു. ഈ വിഷയം ചർച്ച ചെയ്യുന്നതിനായി *ദ ലോങ് റെവല്യൂഷനിൽ* (1961) ഒരദ്ധ്യായം തന്നെ അദ്ദേഹം നീക്കിവെച്ചു. വ്യക്തിയും സമൂഹവും തമ്മിലുള്ള ബന്ധമാണ് നമ്മുടെ കാലഘട്ടത്തിലെ സംഘർഷങ്ങളുടെ കേന്ദ്രമെന്ന് അദ്ദേഹം വിശ്വസിച്ചു. മുതലാളിത്ത സമ്പദ്‌വ്യവസ്ഥയുടെ തുടക്കത്തിൽത്തന്നെ ഇവ തമ്മിൽ ഒരു ശത്രുത രൂപം കൊണ്ടു. ഒരു യഥാർത്ഥ ജനാധിപത്യ സോഷ്യലിസ്റ്റ് സമൂഹത്തിന്റെ സൃഷ്ടിയിലൂടെ മാത്രമേ അതിന് പരിഹാരം കണ്ടെത്താനാവൂ. ഒരു സാംസ്കാരിക, ജനാധിപത്യ, സാമ്പത്തിക വിപ്ലവത്തിലൂടെ മാത്രമേ അതുണ്ടാകൂ. വില്യംസിന്റെ ആശയങ്ങളിൽ പ്രചോദിതനായ ഈഗിൾട്ടൺ വ്യക്തിയും സമൂഹവും തമ്മിലുള്ള സംഘ

ട്ടനങ്ങളെ അന്വേഷിക്കുന്ന കൃതികളായി ഷേക്സ്പിയറുടെ നാടകങ്ങൾ പഠിച്ചു. ഹാംലെറ്റ് കപടസമൂഹത്തിൽ ആധികാരിക മനുഷ്യന്റെ ദുരന്തമാണ് എന്നു കണ്ടെത്തി. ഒരാൾ വ്യക്തിപരമായ അഭിലാഷത്തിനായി സമൂഹത്തെ നിരാകരിക്കുന്ന സാഹചര്യം മക്ബെത്തിൽ കണ്ടെത്തി. വ്യാവസായിക വിപ്ലവത്തെത്തുടർന്ന് പത്തൊൻപതാം നൂറ്റാണ്ടിലെ സംസ്കാരത്തിൽ അനുഭവിച്ച പ്രതിസന്ധിയുമായി ഷേക്സ്പിയറുടെ നാടകങ്ങളെ താരതമ്യപ്പെടുത്തിക്കൊണ്ട് ഈഗിൾട്ടൺ തന്റെ രാഷ്ട്രീയവാദങ്ങൾ വിശദീകരിക്കുകയും വിപുലീകരിക്കുകയും ചെയ്യുന്നു. അർനോൾഡ്, കാർലൈൽ, കാർപ്പെന്റർ എന്നിവരുടെ രചനകൾ പരിശോധിക്കുമ്പോൾ ഇവർ വ്യാവസായികവിപ്ലവത്തിനുശേഷം സമൂഹത്തിന്റെ അവസ്ഥകളോർത്ത് വ്യക്തിജീവിതത്തെ അനുരഞ്ജിപ്പിക്കുവാൻ ശ്രമിച്ചതെങ്ങനെയെന്ന് ഈഗിൾട്ടൺ കണ്ടെത്തുന്നു. മുതലാളിത്തത്തെ അഭിമുഖീകരിക്കുമ്പോൾ സ്വതസിദ്ധമായി വ്യക്തിയുടെ നിലനില്പിനു ഭീഷണിയുണ്ടെന്ന് അദ്ദേഹം അംഗീകരിക്കുന്നു.

ഓസ്കാർ വൈൽഡിന്റെ വ്യക്തിഗത സോഷ്യലിസത്തിന് ഈഗിൾട്ടൺ അനുകൂലമായിരുന്നില്ല, പകരം, നൈസർഗ്ഗിക ജീവിതവും സാമൂഹികോത്തരവാദിത്വവും സംയോജിക്കുന്ന ഒരു സോഷ്യലിസ്റ്റ് സമൂഹത്തിനായി അദ്ദേഹം വാദിക്കുന്നു. ഷേക്സ്പിയറുടെ കൃതികളിൽ നിന്ന് നല്ലകാര്യങ്ങൾ പഠിക്കാൻ കഴിയും. എന്നാൽ ആത്യന്തികമായ ഉത്തരം നമ്മുടെ സ്വന്തമായതായിരിക്കണമെന്ന പക്ഷമാണ് അദ്ദേഹത്തിനുള്ളത്. *ഷേക്സ്പിയറും സമൂഹവും* എന്ന കൃതിയിൽ എല്ലാറ്റിനും ഉപരിയായ രാഷ്ട്രീയ ലക്ഷ്യം വില്യംസിൽനിന്ന് ഉരുത്തിരിഞ്ഞതാണെങ്കിലും മറ്റു പല സ്വാധീനങ്ങളും കണ്ടെത്താൻ കഴിയും. കപടസമൂഹത്തിൽ ആധികാരികവ്യക്തിക്ക് എങ്ങനെ നിലനില്ക്കാൻ കഴിയുമെന്ന ആശയത്തെ നിരന്തരം ഈഗിൾട്ടൺ പരാമർശിക്കുന്നുണ്ട്. ജീൻ പോൾ സാർത്രിന്റെ അസ്തിത്വവാദ തത്ത്വചിന്തയുടെ സ്വാധീനത്തെയാണ് അത് സൂചിപ്പിക്കുന്നത്. അതുപോലെ എഫ് ആർ ലീവിസിന്റെ സ്വാധീനവും കണ്ടെത്താവുന്നതാണ്. അചോദനാനുകരണജീവിതം പോലെയുള്ള പ്രയോഗങ്ങളിൽ പ്രത്യേകിച്ചും. ലെവിസൈറ്റ് പ്രമാണവാക്കുകളാണവ. അനിവാര്യമായ സോഷ്യലിസ്റ്റ് സമൂഹത്തിന്റെ രൂപത്തെക്കുറിച്ച് ഒരു രാഷ്ട്രീയ വാദം മുന്നോട്ടുവയ്ക്കാൻ ഈഗിൾട്ടൺ ശ്രമിക്കുന്നുണ്ട്. അത് യഥാർത്ഥമാണെങ്കിലും വില്യംസിനാൽ പ്രചോദിതമായ രാഷ്ട്രീയ ലക്ഷ്യവും അസ്തിത്വവാദ പദാവലിയും ലെവിസൈറ്റ് പ്രായോഗിക വിമർശനവും അതിൽ അണിനിരക്കുന്നത് അസ്വസ്ഥത സൃഷ്ടിക്കുന്നുവെന്ന് ജയിംസ് സ്മിത്ത് വിലയിരുത്തുന്നു. എങ്കിലും, വിശാലമായ സാമൂഹ്യവിമർശനത്തിന് അടിസ്ഥാനമായി ഷേക്സ്പിയറുടെ നാടകങ്ങൾ ഉപയോഗിക്കാനുള്ള ധീരമായ ശ്രമത്തെ അംഗീകരിക്കണം. എന്നാൽ, സാഹിത്യപാഠങ്ങളും സാമൂഹികാനുഭവവും തമ്മിലുള്ള വിഭജനത്തെ വിജയക

രമായി പരിഹരിക്കുന്നതിന് ആവശ്യമായ വിമർശനാത്മകഭാഷയുടെ അഭാവം *ഷേക്സ്പിയറും സമൂഹവും* എന്ന കൃതിയിൽ വ്യക്തമാണെന്ന് ജയിംസ് സ്മിത്ത് അഭിപ്രായപ്പെടുന്നു. ജോസഫ് കോൺറാഡ്, ഏവി ലിൻവോ, ജോർജ്ജ് ഓർവെൽ, ഗ്രഹാം ഗ്രീനെ, ടി എസ് എലിയട്ട്, ഡബ്ലു എച്ച് ഓഡൻ, ഡി എച്ച് ലോറൻസ് എന്നിവരുടെ സാഹിത്യകൃതികളിൽ പ്രതിഫലിക്കുന്ന ഇരുപതാംനൂറ്റാണ്ടിലെ ബ്രിട്ടീഷ് സമൂഹത്തിന്റെ അവസ്ഥകളെക്കുറിച്ചുള്ള അന്വേഷണമാണ് *Exiles and Emigres*. ഇതിലും വ്യക്തിയും സമൂഹവും തമ്മിലുള്ള ബന്ധത്തെക്കുറിച്ചുള്ള കൂടുതൽ അന്വേഷണമാണ് ഈഗിൾട്ടൺ നടത്തുന്നത്. തത്ത്വത്തിൽ പ്രായോഗിക വിമർശനമെന്നു പറയാം.

ഹംഗേറിയൻ മാർക്സിസ്റ്റ് നിരൂപകനായ ഗയൊാക്ക് ലൂക്കാച്ചിന്റെ രചനകൾ ഈഗിൾട്ടണിന്റെ വാദങ്ങൾക്ക് ഒരു പ്രധാന സൈദ്ധാന്തിക പശ്ചാത്തലം സൃഷ്ടിക്കുന്നു. അദ്ദേഹത്തെ വ്യക്തമായി ഉദ്ധരിക്കുന്നില്ല, എങ്കിൽപ്പോലും ലൂക്കാച്ച് The Meaning of Contemporary Realism എന്ന പ്രഥിത പ്രബന്ധത്തിൽ റിയലിസ്റ്റു നോവലും മോഡേണിസ്റ്റു നോവലും തമ്മിലുള്ള വ്യത്യാസങ്ങൾ പരിശോധിക്കുന്നു. മഹത്തായ റിയലിസ്റ്റ് സാഹിത്യം സാമൂഹിക മൃഗങ്ങൾ എന്ന നിലയിൽ മനുഷ്യരെക്കുറിച്ചുള്ള സമഗ്ര ദർശനം അവതരിപ്പിക്കുന്നു എന്നു വാദിക്കുകയും ചെയ്തു. വ്യക്തികളുടെ അസ്തിത്വം അവരുടെ സാമൂഹികവും ചരിത്രപരവുമായ സാഹചര്യങ്ങളുമായി ബന്ധിപ്പിച്ചിരിക്കുന്നു. കാഫ്കയെപ്പോലുള്ള ആധുനിക എഴുത്തുകാർ മനുഷ്യാസ്തിത്വത്തെ ശിഥിലവും ഏകാന്തവുമെന്ന രീതിയിൽ ചിത്രീകരിച്ചു. മുതലാളിത്തത്തിന്റെ നിലവിലിരിക്കുന്ന രീതിയെ സ്വീകരിക്കുകയും ബലഹീനതാ ബോധത്തിനു കീഴടങ്ങുകയും ചെയ്തു. ഇതിനെ പ്രതിരോധിക്കുന്നതിനായി ലൂക്കാച്ച് സോഷ്യലിസ്റ്റ് റിയലിസത്തിന്റെ സൗന്ദര്യ ബോധത്തിനുവേണ്ടി ഉപദേശിച്ചു. സോഷ്യലിസ്റ്റ് കാഴ്ചപ്പാട് ശരിയായി നിലകൊള്ളുകയും കൃത്യമായി മനസ്സിലാക്കി പ്രയോഗത്തിൽ വരുത്തുകയും ചെയ്താൽ ജീവിതത്തെ കൂടുതൽ സമഗ്രമായി ചിത്രീകരിക്കാൻ എഴുത്തുകാരൻ പ്രാപ്തനാകും. ഈഗിൾട്ടൺ ഇംഗ്ലീഷ് നോവലിന്റെ ചരിത്രത്തിൽ സമാനമായ ഒരു വൈശിഷ്ട്യം കാണുന്നു. പത്തൊൻപതാം നൂറ്റാണ്ടിലെ റിയലിസ്റ്റ് നോവലിസ്റ്റുകളായ ഡിക്കൻസ്, ജോർജ്ജ് എലിയറ്റ് തുടങ്ങിയവർക്ക് സമൂഹത്തെ സമഗ്രതയിൽ ചിത്രീകരിക്കാൻ കഴിഞ്ഞു. അഗാധമായ ആന്തരികതയെ അവരുടെ കാലത്തെ സവിശേഷ ജീവിതവുമായി സംയോജിപ്പിക്കുവാൻ അവർക്ക് കഴിഞ്ഞു. അങ്ങനെ ആ ജീവിതത്തെ സമ്പൂർണ്ണദർശനത്തിന്റെ രൂപത്തിലേക്ക് സാമാന്യവല്ക്കരിക്കാനുള്ള ശേഷി അവർ കാണിച്ചു. ആ കഴിവ് ഇരുപതാം നൂറ്റാണ്ടിലെ നോവലിസ്റ്റുകളുടെ രചനകളിൽ ഫലത്തിൽ നിലവിലില്ലെന്ന് ഈഗിൾട്ടൺ വാദിക്കുന്നു. എന്നാൽ, ലൂക്കാച്ചിൽ നിന്നു വ്യത്യസ്തമായി ഈ പ്രശ്ന

ത്തിന്റെ പ്രഭാവം റിയലിസത്തിന്റെയോ മോഡേണിസത്തിന്റെയോ സൗന്ദര്യശാസ്ത്രത്തിലാണെന്നു കാണുവാൻ ഈഗിൾട്ടൺ തയ്യാറായില്ല . മറിച്ച് ഇരുപതാം നൂറ്റാണ്ടിന്റെ തുടക്കത്തിൽ ഇംഗ്ലീഷ് നോവലിൽ ആധിപത്യം ചെലുത്തിയ രണ്ട് സരണികളിൽ പ്രശ്നം കണ്ടെത്തുന്നു. ഉന്നതവർഗ്ഗത്തിന്റെയും ലോവർ മിഡിൽ ക്ലാസിന്റെയും നോവൽ പത്തൊമ്പതാം നൂറ്റാണ്ടിനുശേഷം സാഹിത്യത്തിൽ സാദ്ധ്യമായ സമഗ്രതയും മികവും കൈവരിക്കാനുള്ള രചയിതാവിന്റെ കഴിവിനെ പരിമിതപ്പെടുത്തുന്നു. ഉന്നതവർഗ്ഗത്തിന്റെ നോവലിസ്റ്റുകളുടെ പ്രതിനിധിയായി ഏവ്ലിൻ വോയെയും ലോവർ മിഡിൽ ക്ലാസ് നോവലിസ്റ്റുകളുടെ പ്രതിനിധിയായി ഓർവെല്ലിനെയും പരിഗണിക്കുന്നു. രണ്ടു കൂട്ടരും സമൂഹത്തിന്റെ ഒരു സമ്പൂർണ്ണ വീക്ഷണം കൈവരിക്കുന്നതിൽ പരാജയപ്പെടുന്നുവെന്ന് ഈഗിൾട്ടൺ കണ്ടെത്തുന്നു. ഈ കൃതിയിൽ സാഹിത്യ, രാഷ്ട്രീയ പ്രശ്നങ്ങളിലേക്ക് കൂടുതൽ ശ്രദ്ധ കേന്ദ്രീകരിച്ചിരിക്കുന്നതിനാൽ ഷേക്സ്പിയറും സമൂഹവുമെന്ന കൃതിയേക്കാൾ മികച്ചതാണെന്ന് ജയിംസ് സ്മിത്ത് നിരീക്ഷിക്കുന്നു. അതേസമയം മാർക്സിസ്റ്റ് പദാവലിയോ സൈദ്ധാന്തിക ചട്ടക്കൂടോ ഉപയോഗിക്കുന്നതിൽനിന്ന് ഈഗിൾട്ടൺ ഒഴിഞ്ഞു മാറുന്നുവെന്നതും ശ്രദ്ധേയമാണ്. പകരം പ്രഗാഢവായനയാണ് നടത്തുന്നത്. വ്യക്തിഗതകൃതികളുടെ ആപേക്ഷിക നേട്ടങ്ങളെ പ്രഗാഢവായനയിലൂടെ കണ്ടെത്തുന്നു. ഇരുപതാം നൂറ്റാണ്ടിലെ ബ്രിട്ടീഷ് സമൂഹത്തെക്കുറിച്ച് ഒരു ലിബറൽ – ഹ്യുമനിസ്റ്റ് വിമർശനാത്മകഭാഷയിൽ സോഷ്യലിസ്റ്റു നിരൂപണത്തിനാണ് ഈഗിൾട്ടൺ ശ്രമിച്ചത്. പാഠങ്ങളുടെ വ്യക്തിഗത വായനകൾ ഉൾക്കാഴ്ചയുള്ളതും ബൗദ്ധികമായി പ്രകോപനപരവുമാണെങ്കിലും സിദ്ധാന്തത്തെയും പ്രയോഗത്തെയും സമന്വയിപ്പിക്കാൻ കഴിവുള്ള ഒരു വിമർശനാത്മകഭാഷയ്ക്കായി ഈഗിൾട്ടൺ അപ്പോഴും തിരയുന്നു എന്നു വ്യക്തമാകുന്നു.

വിമർശനത്തിൽ ആദ്യമായി വ്യക്തമായ ഒരു മാർക്സിസ്റ്റ് പദാവലി ഈഗിൾട്ടൺ ഉപയോഗിക്കുന്നത് *Myths of Power* ൽ ആണ്. അതിനാൽ ഇത് അദ്ദേഹത്തിന്റെ കരിയറിലെ ഒരു പ്രധാന കൃതിയായി അടയാളപ്പെടുത്താം. ബ്രോണ്ടെ സഹോദരിമാരുടെ നോവലുകൾ അപഗ്രഥിക്കുന്ന ഈഗിൾട്ടൺ തന്റെ സൈദ്ധാന്തിക ദിശാബോധത്തിലെ മാറ്റത്തെ അതിൽ സൂചിപ്പിച്ചു. ഉപശീർഷകംതന്നെ ഒരു മാർക്സിസ്റ്റു പഠനം എന്നാണ്. മാർക്സിസ്റ്റു സാഹിത്യ നിരൂപണത്തിന് അതുവരെ ആംഗ്ലോ– അമേരിക്കൻ അക്കാദമിയിൽ വലിയ പ്രാധാന്യം ഉണ്ടായിരുന്നില്ല. എന്നാൽ, ഈഗിൾട്ടൺ അതിന്റെ യോഗ്യതകളെ ആത്മവിശ്വാസത്തോടെ പ്രഖ്യാപിക്കുകയായിരുന്നു ചെയ്തത്. മാർക്സിസമാണ് ഒരേയൊരു സമ്പൂർണ്ണ സിദ്ധാന്തമെന്ന് അദ്ദേഹം ആമുഖത്തിൽ വ്യക്തമാക്കുന്നു. മാർക്സിസ്റ്റ് സാഹിത്യവിമർശനത്തിന്റെ ലക്ഷ്യങ്ങൾ

ക്കായി തന്റെ മാനിഫെസ്റ്റോയെ ധൈര്യപൂർവ്വം രൂപപ്പെടുത്തുന്നു. മാർക്സിസ്റ്റ് വിമർശനം ഒരു ലിബറൽ ജനാധിപത്യത്തിന്റെ സഹിഷ്ണുതയുള്ള ബഹുസ്വരതയെ പ്രതിഫലിപ്പിക്കുന്നു എന്നു രേഖപ്പെടുത്തി. ഉള്ളടക്കത്തെ ഒരു ഘടകമായി കാണാതെ സംവാദമണ്ഡലത്തിലേക്ക് കൊണ്ടുവന്നു. കോണ്ടിനെന്റൽ യൂറോപ്യൻ മാർക്സിസ്റ്റുകളുടെ സൈദ്ധാന്തിക കൃതികളെക്കുറിച്ചുള്ള ഈഗിൾട്ടണിന്റെ അറിവും ധാരണകളും അദ്ദേഹത്തിൽ പ്രവൃദ്ധമായിക്കൊണ്ടിരുന്ന മാർക്സിസത്തിലുള്ള താല്പര്യത്തെ വലിയ തോതിൽ സ്വാധീനിച്ചു . ഫ്രഞ്ച് മാർക്സിസ്റ്റ് ലൂയി പിയ്റെ അൾത്തുസറുടെയും അദ്ദേഹത്തിന്റെ ശിഷ്യനായ പിയെ മാഷ്റെയുടെയും ദർശനങ്ങളുമായുള്ള ഇടപെടലിന്റെ തുടക്കം Myths of power ൽ കാണാം. എന്നാൽ, അദ്ദേഹത്തിന്റെ പഠനത്തിനു പ്രാഥമിക സൈദ്ധാന്തികാശയങ്ങൾ നല്കിയത് റൊമേനിയൻ മാർക്സിസ്റ്റ് സൈദ്ധാന്തികനായ ലൂഷ്യൻ ഗോൾഡ്മാന്റെ കൃതികളാണ്. ഗോൾഡ്മാന്റെ നിയതാർത്ഥ ഘടനകൾ (Categorical structures) എന്ന സങ്കല്പം അദ്ദേഹത്തെ വല്ലാതെ വശീകരിച്ചു. സംസ്കാരത്തിന്റെ ജനിതകഘടനാപരമായ ഒരു സാമൂഹ്യശാസ്ത്രമായിരുന്നു അദ്ദേഹം അവതരിപ്പിച്ചത്. അതിന്റെ ഉപജ്ഞാതാവ് എന്ന നിലയിലാണ് ഗോൾഡ്മാൻ വാഴ്ത്തപ്പെട്ടത്. രാഷ്ട്രീയ സാഹിത്യവിമർശനം ആത്മനിഷ്ഠകലയേക്കാൾ വസ്തുനിഷ്ഠ ശാസ്ത്രത്തോട് സാമ്യമുള്ളതാകണമെന്ന നിലപാടാണ് അദ്ദേഹത്തിനുണ്ടായിരുന്നത്. സാഹിത്യവിമർശകൻ ഭൗതികശാസ്ത്രജ്ഞന്റെയോ രസതന്ത്രജ്ഞന്റെയോ മനോഭാവത്തിനു സമാനമായ മനോഭാവം സ്വീകരിക്കണമെന്നു വാദിച്ചു. ഗോൾഡ്മൻ ആവശ്യപ്പെട്ട സാഹിത്യ സാമൂഹ്യ ശാസ്ത്രജ്ഞന്റെ റോൾ ഈഗിൾട്ടൺ ഉൾക്കൊണ്ടു. സാഹിത്യകൃതികളിലെ നിയതാർത്ഥ ഘടനകളെ അന്വേഷിക്കുകയും ബ്രോണ്ടെസ് സഹോദരിമാരുടെ നോവലുകളിലെ ധർമ്മങ്ങൾ, മൂല്യങ്ങൾ, ബന്ധങ്ങൾ എന്നിവയുടെ പ്രാദുർഭാവനിയതാർത്ഥഘടന പരിശോധിക്കുകയുമാണ് അദ്ദേഹം *Myths of power* ൽ ചെയ്തത്. ഗോൾഡ്മന്റെ ശാസ്ത്രീയ സാമൂഹ്യശാസ്ത്രത്തിനു വിരുദ്ധമായി ഈഗിൾട്ടൺ ബ്രോണ്ടെസിന്റെ നോവലുകളുടെ വിവിധ തലങ്ങളിലെ രാഷ്ട്രീയ ഘടനകളെ അനാവരണം ചെയ്യുന്നു. ബ്രോണ്ടെസ് സഹോദരിമാരുടെ കൃതികളുടെ പ്രത്യയശാസ്ത്രത്തെ താരതമ്യപ്പെടുത്താനുള്ള അടിസ്ഥാനമായി അവയെ ഉപയോഗിക്കുന്നു. അതിലൂടെ ഷാർലറ്റിന്റെ നോവലുകളേക്കാൾ എമിലിയുടെ *വുതറിങ് ഹൈറ്റ്സി*നു ശ്രേഷ്ഠത കൂടുതലുണ്ടെന്നു കാണിക്കുവാനുതകുന്ന വസ്തുനിഷ്ഠ സൗന്ദര്യാത്മകവിധിക്കുള്ള ഒരടിസ്ഥാനം രൂപപ്പെടുത്തുന്നു. ഷാർലറ്റിന്റെ നോവലുകളെ പുരാവൃത്തപരമായത് (Mythical) എന്നു വിശേഷിപ്പിക്കുന്നു.

ഈഗിൾട്ടണിന്റെ സൈദ്ധാന്തിക വികാസത്തിൽ Myths of Power

ഒരു പ്രധാന പങ്കുവഹിച്ചിട്ടുണ്ട്. എന്നാൽ, പാഠവിമർശനത്തിന്റെ പ്രായോഗിക വിമർശന മാതൃകയ്ക്കപ്പുറം നിർണ്ണായകമായ ഒരു ചുവടുവയ്ക്കുന്നതിൽ അദ്ദേഹം പരാജയപ്പെട്ടു. ലിംഗഭേദം, വംശം എന്നീ വിഷയങ്ങളെക്കുറിച്ച് മൗനം പാലിച്ചു തുടങ്ങിയ ആക്ഷേപങ്ങളാണ് അദ്ദേഹത്തിനു നേരിടേണ്ടി വന്നത്. ബ്രോണ്ടസ് സഹോദരിമാരോടുള്ള ഒരു നിരൂപകനനുയോജ്യമായ സ്നേഹം പ്രകടിപ്പിക്കുന്നതിനോ അവരെ പ്രതിഭകളായി അവതരിപ്പിക്കുന്നതിനോവേണ്ടി എഴുതിയതല്ലിത്. ചരിത്രപരമോ രാഷ്ട്രീയമായോ അസ്പൃശമായ ഒരു കൃതിയുമല്ലിത്. പകരം, നോവലുകളുടെ രാഷ്ട്രീയ, സൗന്ദര്യാത്മക തലങ്ങളിലൂടെ വെല്ലുവിളി നിറഞ്ഞതും കർശനവുമായ ഒരു പര്യടനമാണ് ഈഗിൾട്ടൺ നിർവ്വഹിക്കുന്നത്. മാത്രവുമല്ല ആംഗ്ലോഫോൺ സാഹിത്യപഠനമേഖലയിലേക്ക് മാർക്സിസ്റ്റ് വിമർശനാത്മകസിദ്ധാന്തത്തെ വ്യാപിപ്പിക്കുകയും ചെയ്തു.

# വിമർശനവും പ്രത്യയശാസ്ത്രവും

**വി**ല്യംസ്, ലീവിസ്, പ്രായോഗിക വിമർശനം എന്നീ ആദ്യകാല സ്വാധീനങ്ങളിൽനിന്ന് വിമർശനാത്മകവും സൈദ്ധാന്തികവുമായ താല്പര്യങ്ങളിലേക്കുള്ള, പ്രത്യേകിച്ച്, മാർക്സിസവും പ്രത്യയശാസ്ത്രവുമായിട്ടുള്ള ഇടപഴകലിലേക്കുള്ള ഈഗിൾട്ടണിന്റെ വഴിമാറ്റം അതിന്റെ പരിസമാപ്തിയിലെത്തുന്നത് Criticism and Ideologyയിലാണ്. ഈ കൃതി അദ്ദേഹത്തിന്റെ ഗ്രന്ഥസമൂഹത്തിലെ ഏറ്റവും ബോധപൂർവ്വമായ സൈദ്ധാന്തിക പ്രവർത്തനങ്ങളിലൊന്നായി വേറിട്ടു നില്ക്കുന്നു. അതുവരെയുള്ളവയിൽനിന്നു വ്യത്യസ്തം. അവയെല്ലാം സവിശേഷ സാഹിത്യ- വിമർശനാത്മക പ്രശ്നങ്ങളെക്കുറിച്ചുള്ള പഠനങ്ങളായിരുന്നു. ചില പ്രത്യേക ജനുസ്സുകൾ, കാലഘട്ടങ്ങൾ, എഴുത്തുകാർ എന്നിവ സംബന്ധിച്ച പഠനങ്ങൾ. എന്നാൽ, വിമർശനവും പ്രത്യയശാസ്ത്രവും അത്തരമെഴുത്തിന് ഇടവേള നല്കി രചിച്ചതായിരുന്നു. ഇതിൽ അദ്ദേഹം ഒരു പുതിയ ശാസ്ത്രീയവിമർശനസിദ്ധാന്തം അവതരിപ്പിക്കുന്നു. റെയ്മണ്ട് വില്യംസിന്റെ വിമർശനവുമായി ബന്ധിപ്പിച്ച് ഇംഗ്ലീഷ് സാഹിത്യവിമർശനത്തിലെ പ്രധാന പ്രവണതകളെക്കുറിച്ച് ആദ്യം വിവരിക്കുന്നു. അതാകട്ടെ ബ്രിട്ടീഷ് അക്കാദമികളിലെ രാഷ്ട്രീയ മാറ്റങ്ങളെ കേന്ദ്രീകരിച്ചാണ് അവതരിപ്പിക്കുന്നത്. അദ്ദേഹത്തെ സംബന്ധിച്ചിടത്തോളം മാർക്സിസ്റ്റ് വിമർശനത്തിൽ സ്വന്തം സിദ്ധാന്തങ്ങൾ വികസിപ്പിക്കുന്നതിൽ ബ്രിട്ടീഷുകാർ പ്രത്യക്ഷപരാജയമായിരുന്നു. അത് സ്ഥാപിക്കുന്നതിന് അത്തരമൊരു ദൗത്യം ആവശ്യമായിരുന്നു. ബ്രിട്ടീഷ് സാഹിത്യവിമർശനത്തിന്റെ ചരിത്രത്തിൽ അദ്ദേഹം മൂന്ന് പ്രധാന പ്രവണതകൾ തിരിച്ചറിയുന്നു.

1. ലെവിസൈറ്റ് വിമർശനവും സ്ക്രൂട്ടിനി എന്ന ജേർണലിനെ ചുറ്റിപ്പറ്റി രൂപംകൊണ്ട വിമർശനക്കളരിയും.
2. ആംഗല മാർക്സിസ്റ്റായ ക്രിസ്റ്റഫർ കാഡ്വലിന്റെ ആദ്യകാല മാർക്സിസ്റ്റു വിമർശനം
3. ആദ്യത്തെ രണ്ടു പ്രവണതകളുടെയും ഭാഗിക സംയോജനത്തെ പ്രതിനിധീകരിക്കുന്ന റെയ്മണ്ട് വില്യംസിന്റെ ഇടത് – ലെവിസൈറ്റ് വിമർശനം.

ലെവിസൈറ്റ് പാരമ്പര്യത്തിന്റെ വൈരുദ്ധ്യങ്ങളുടെ വെളിച്ചത്തിൽ ഫലപ്രദമായി ഒരു എതിരു നില്ക്കാൻ ഇംഗ്ലീഷ് ഭൗതികവാദ വിമർശനത്തിന്റെ അഭാവം പ്രത്യേകിച്ചും പ്രാധാന്യമർഹിക്കുന്നു. ബ്രിട്ടീഷ് മാർക്സിസ്റ്റ് സാഹിത്യപാരമ്പര്യത്തെ ഈഗിൾട്ടൺ വിശേഷിപ്പിക്കുന്നത് ശകലിതവും പ്രത്യേകിച്ച്, ഭൗതികവാദവിമർശനത്തിന്റെ അസമമായ ശരീരവുമായാണ്. അവയിൽ മിക്കതിനും ഇപ്പോൾ കേവലം ചരിത്ര താല്പര്യമാണുള്ളത്. ഈഗിൾട്ടൺ പ്രമാണമായി പറയുന്നത് കാഡ്വലിനെയാണ്. എന്നാൽ അദ്ദേഹത്തിൽനിന്നു വളരെക്കുറച്ചു മാത്രമേ ഈഗിൾട്ടണിനു പഠിക്കാനായുള്ളു. ഒരു കാരണം, സാഹിത്യവും അധീശരാഷ്ട്രീയ പ്രത്യയശാസ്ത്രവും തമ്മിലുള്ള ബന്ധത്തെക്കുറിച്ച് കാഡ്വലിനുണ്ടായിരുന്ന വൾഗർ മാർക്സിസ്റ്റ് ധാരണ തന്നെ. മറ്റൊന്ന് മാർക്സിസ്റ്റ് സൗന്ദര്യശാസ്ത്രത്തിലെ കോണ്ടിനെന്റൽ സംവാദങ്ങളിൽനിന്ന് കാഡ്വലിന്റെ ഒറ്റപ്പെടലും. കാഡ്വലിന്റെ കൃതികളിൽ പ്രായോഗികമായ ഒരു മാർക്സിസ്റ്റ് പാരമ്പര്യത്തിന്റെ അഭാവമാണ് വില്യംസിന്റെ കൃതികളിലെ സൈദ്ധാന്തികപ്രശ്നങ്ങൾക്ക് അടിസ്ഥാനമായി ഈഗിൾട്ടൺ കാണുന്നത്. ഒരു സോഷ്യലിസ്റ്റ് സംസ്കാര വിമർശനം നല്കുന്നതിനുള്ള സ്വന്തം ലക്ഷ്യങ്ങൾക്കായി മറ്റ് അനനുയോജ്യമായ വിമർശനരീതികൾ സ്വീകരിക്കാൻ വില്യംസ് നിർബ്ബന്ധിതനായതാണ് അദ്ദേഹത്തെ ഈഗിൾട്ടൺ വിമർശിച്ചതിന്റെ കേന്ദ്ര ബിന്ദു. വില്യംസിനെ ഒരു ഇടത് ലെവിസൈറ്റായി ഈഗിൾട്ടൺ ചിത്രീകരിക്കുന്നു. ഒരു പ്രതിസ്പർദ്ധിയായല്ല കണ്ടതെങ്കിലും വില്യംസിന്റെ കൃതിയെ നിശിതമായി അദ്ദേഹം വിമർശിച്ചു. അത് പലപ്പോഴും വിവാദവുമായി. എങ്കിലും, വില്യംസിന്റെ നിഴലിൽനിന്ന് പുറത്തു കടക്കാൻ ബ്രിട്ടീഷ് മാർക്സിസ്റ്റ് വിമർശകർക്ക് അത് സഹായകമായി.

തന്റെ ഇംഗ്ലീഷ് വിമർശക മുൻഗാമികളിൽ നിന്ന് സ്വയം അകന്നുപോയ ഈഗിൾട്ടൺ ആംഗ്ലോ–അമേരിക്കൻ അക്കാദമിയിൽ മുൻകാല വിമർശനങ്ങളുമായി സമൂലമായ പിളർപ്പ് നിർദ്ദേശിച്ചു. 'വിമർശനം അതിന്റെ പ്രത്യയശാസ്ത്ര പ്രാഗ് ചരിത്രവുമായി തകർക്കണം, അത് ശാസ്ത്രീയവിജ്ഞാനത്തിന്റെ ബദൽ മണ്ഡലത്തിൽ പാഠത്തിന്റെ ഇടത്തിന് പുറത്ത് സ്ഥിതിചെയ്യുന്നു' എന്ന് ഈഗിൾട്ടൺ വ്യക്തമാക്കി. അദ്ദേഹമെന്താണ് വിവക്ഷിച്ചതെന്നു മനസ്സിലാക്കാൻ മാർക്സിസ്റ്റ് സാഹിത്യ വിമർശനത്തെക്കുറിച്ച് അറിയണം. The Critique of Political Philosophy യുടെ ആമുഖത്തിൽ മാർക്സ് തുടർന്നുള്ള എല്ലാ മാർക്സിസ്റ്റ്

സാംസ്കാരിക ചിന്തയ്ക്കും അടിസ്ഥാനമായിത്തീർന്ന അടിസ്ഥാനപരമായ വ്യത്യാസം വിവരിക്കുന്നു. 'ഉല്പാദനബന്ധങ്ങളുടെ ആകത്തുക സമൂഹത്തിന്റെ സാമ്പത്തിക ഘടനയുടെ യഥാർത്ഥ അടിത്തറയാണ്..' ആ യഥാർത്ഥ അടിത്തറയിന്മേലാണ് ഉപരിഘടന ഉയർന്നുവരുന്നത്. ഭൗതിക ജീവിതത്തിന്റെ ഉല്പാദന രീതി സാമൂഹിക രാഷ്ട്രീയ ബൗദ്ധിക ജീവിത പ്രക്രിയയെ പൊതുവെ ബാധിക്കുന്നു. മനുഷ്യരുടെ ബോധമല്ല അവരുടെ സത്തയെ നിർണ്ണയിക്കുന്നത്. മറിച്ച്, അവരുടെ സാമൂഹിക സ്വഭാവം ബോധത്തെ നിർണ്ണയിക്കുന്നു. സാഹിത്യം സമൂഹത്തിന്റെ ഉപരിഘടനയുടെ സൃഷ്ടിയാണ്. അതിന്റെ പ്രവർത്തനധർമ്മം അടിത്തറയെ താങ്ങിനിർത്തലാണ്. അടിത്തറയെന്നതുകൊണ്ട് അർത്ഥമാക്കുന്നത് നിലവിലുള്ള വർഗ്ഗവ്യവസ്ഥയെന്നാണ്, അടിത്തറ–ഉപരിഘടനകൾ തമ്മിലുള്ള ബന്ധം യഥാർത്ഥത്തിൽ എത്രത്തോളം അടുപ്പമുള്ളതാണെന്നു സ്ഥാപിക്കാൻ ശ്രമിക്കുമ്പോൾ പ്രശ്നങ്ങൾ ഉണ്ടാകുന്നു. പാഠത്തിന്റെ യാന്ത്രികമായ അടിത്തറ–ഉപരിഘടന വായനയ്ക്കു പകരം സൗന്ദര്യാത്മകവും ആധികാരികവുമായ വശങ്ങൾ കണക്കിലെടുക്കുന്ന ഒരുതരം മാർക്സിസ്റ്റ് വിമർശനം എങ്ങനെ സാധിക്കുമെന്ന പ്രശ്നം അവശേഷിപ്പിക്കുന്നു. ഈഗിൾട്ടണിന്റെ കാഡ്വൽ–വില്യംസ് വിമർശനം ആംഗല മാർക്സിസ്റ്റ് വിമർശന ചരിത്രത്തിലെ ഈ പ്രശ്നത്തെ കൃത്യമായി അഭിമുഖീകരിക്കുന്നു. ഇതിനൊരു ഭാഗികപരിഹാരമായി അദ്ദേഹം കണ്ടെത്തുന്നത് ഗോൾഡ്മന്റെ നിയതാർത്ഥ ഘടനകളാണ്. പിന്നീട് ഈ പ്രശ്നത്തെ മറികടക്കാൻ അദ്ദേഹം അൾത്തൂസറിന്റെയും മാഷ്റെയുടെയും സിദ്ധാന്തങ്ങളിലേക്കു തിരിഞ്ഞു.

പാഠത്തിന്റെ ഉല്പാദനത്തിനായുള്ള നിയമങ്ങൾ സ്ഥാപിക്കാനുള്ള മാഷ്റെയുടെ നിർദ്ദേശങ്ങളെ പിന്തുടർന്ന് ഈഗിൾട്ടൺ ഒരു പാഠം നിർമ്മിക്കുന്നതിനു കാരണമാകുന്ന വിവിധ തലത്തിലുള്ള പ്രത്യയശാസ്ത്രപരവും ഉല്പാദനപരവുമായ സ്വാധീനങ്ങളെക്കുറിച്ച് സമഗ്രമായ ഒരു വർഗ്ഗീകരണ സിദ്ധാന്തം അവതരിപ്പിക്കുന്നു. വർഗ്ഗങ്ങൾ (ഇനങ്ങൾ) സംബന്ധിച്ച അദ്ദേഹത്തിന്റെ ചർച്ചകളുടെ പ്രധാന പശ്ചാത്തലമായി അൾത്തൂസറുടെ പ്രത്യയശാസ്ത്ര സങ്കല്പം തീരുന്നുണ്ട്. സാഹിത്യോല്പാദനം നടക്കുന്നതും പാഠത്തിന്റെ രൂപവും ഉള്ളടക്കവും നിർണ്ണയിക്കുന്നതും ഭൗതിക, സ്ഥാപന, പ്രത്യയശാസ്ത്ര സന്ദർഭങ്ങളുമായി ബന്ധപ്പെട്ടാണ്. ഭൗതികവാദ വിമർശന ചർച്ചയിൽ ഈഗിൾട്ടൺ താഴെപ്പറയുന്ന ഇനങ്ങൾ അവതരിപ്പിക്കുന്നു.

1. GMP (General Mode of production) പൊതു ഉല്പാദനരീതി.
2. LMP(Literary mode of production) സാഹിത്യോല്പാദന രീതി.
3. GI (General Ideology) പൊതു പ്രത്യയശാസ്ത്രം.
4. AUI (Authorial Ideology) ആധികാരിക പ്രത്യയശാസ്ത്രം.
5. AI (Aesthetic Ideology) സൗന്ദര്യാത്മക പ്രത്യയശാസ്ത്രം.
6. Text പാഠം.

അൽത്തൂസറിയൻ ജാർഗണാണ് ഇവിടെ പ്രകടമാകുന്നതെന്ന് ഡേവിഡ് ആൻഡേഴ്സൻ പറയുന്നുണ്ട്. എങ്കിലും, ഈഗിൾട്ടോണിയൻ എന്നു വിളിക്കാവുന്ന ഒരു സങ്കല്പം അദ്ദേഹം ഇവിടെ അവതരിപ്പിക്കുന്നു. പൊതു ഉല്പാദനരീതി ചില ശക്തികളുടെ ഐക്യത്തെയും ഭൗതികോല്പാദനത്തിന്റെ സാമൂഹികബന്ധങ്ങളെയും സൂചിപ്പിക്കുന്നു – ക്ലാസിക് മാർക്സിസ്റ്റ് സംജ്ഞകളിൽ സാമ്പത്തിക വ്യവസ്ഥയും (അടിമത്തം, ഫ്യൂഡലിസം, മുതലാളിത്തം) ഈ ഉല്പാദനമാർഗ്ഗങ്ങളിൽ സവിശേഷമായ വർഗ്ഗങ്ങൾ തമ്മിലുള്ള ബന്ധവും (മുതലാളിത്തത്തിന് കീഴിലുള്ള തൊഴിലാളി വർഗ്ഗത്തിന്റെ ബൂർഷ്വാസി ചൂഷണം ഉദാഹരണം). ഓരോ പൊതു ഉല്പാദന രീതിയിലും വ്യത്യസ്തമായ സാഹിത്യോല്പാദനരീതി ഉണ്ടായിരിക്കും. അത് ഒരു പ്രത്യേക സാമൂഹിക രൂപീകരണത്തിലെ ചില ശക്തികളുടെ ഐക്യത്തെയും സാഹിത്യോല്പാദനത്തിന്റെ സാമൂഹിക ബന്ധങ്ങളെയും സൂചിപ്പിക്കുന്നു.. ഇത് പലപ്പോഴും സങ്കീർണ്ണമായ ഇടപെടലാണ്. ഏതൊരു സാക്ഷര സമൂഹത്തിലും സാധാരണ ഗതിയിൽ നിരവധി വ്യത്യസ്ത സാഹിത്യോല്പാദനരീതികൾ നിലനില്ക്കും. കാരണം, ഈഗിൾട്ടൺ എടുത്തു കാണിക്കുന്നതുപോലെ പാശ്ചാത്യസമൂഹങ്ങളിൽ മുതലാളിത്ത കമ്പോളത്തിനായി ഫിക്ഷൻ സൃഷ്ടിക്കാൻ കഴിയുമെങ്കിൽ ഒരാളുടെ കൈയെഴുത്തു കവിതകൾ തെരുവിൽ വിതരണം ചെയ്യാനും കഴിയും. ഒരു സാഹിത്യോല്പാദന രീതിയിൽ മറ്റ് സാഹിത്യോല്പാദന രീതിയിൽനിന്നുള്ള സവിശേഷതകൾ അടങ്ങിയിരിക്കാനും സാദ്ധ്യതയുണ്ട്. പൊതു ആധികാരികം, സൗന്ദര്യാത്മകം എന്നിങ്ങനെ മൂന്നു വ്യത്യസ്ത വിഭാഗങ്ങളായി വിഭജിക്കുന്നത് ഒരു പാഠത്തിൽ പ്രത്യയശാസ്ത്ര സ്വാധീനത്തിന്റെ സങ്കീർണ്ണമായ അടരുകൾ തമ്മിൽ വേർതിരിച്ചറിയാൻ അവസരമൊരുക്കുന്നു. പൊതുവായ ഉല്പാദനരീതി നിർദ്ദേശിക്കുന്ന പ്രബലമായ പ്രത്യയശാസ്ത്രരൂപവല്ക്കരണമാണ് പൊതു പ്രത്യയശാസ്ത്രം. അധീശസാമൂഹികബന്ധങ്ങളെ നിലനിർത്തുന്ന മൂല്യങ്ങളുടെയും പ്രതിനിധാനങ്ങളുടെയും വിശ്വാസങ്ങളുടെയും താരതമ്യേന അനുരൂപമായ വ്യവഹാരങ്ങളുടെ ഒരു കൂട്ടം. ആധികാരിക പ്രത്യയശാസ്ത്രം ഒരു ഗ്രന്ഥകർത്താവിന്റെ സവിശേഷ ജീവചരിത്രത്തെ പൊതു പ്രത്യയശാസ്ത്രത്തിലേക്ക് നിവേശിപ്പിക്കുന്നതിനെ സൂചിപ്പിക്കുന്നു. സാമൂഹ്യ വർഗ്ഗം, ലിംഗം, ദേശീയത, മതം, ഭൂപ്രദേശം, എന്നിങ്ങനെയുള്ള വ്യത്യസ്തഘടകങ്ങളുടെ ഒരു പരമ്പരയാൽ നിർണ്ണയിക്കപ്പെടുന്ന ഒരു ഉൾപ്പെടുത്തൽ രീതി. സൗന്ദര്യാത്മക പ്രത്യയശാസ്ത്രം പൊതു പ്രത്യയശാസ്ത്രത്തിന്റെ ഒരു പ്രത്യേക മേഖലയെ സൂചിപ്പിക്കുന്നു. അതിൽ, സാഹിത്യസൗന്ദര്യാത്മകത ഒരു സവിശേഷ ഉപവിഭാഗമാണ്. സാഹിത്യസിദ്ധാന്തങ്ങൾ, വിമർശനാത്മക പ്രയോഗങ്ങൾ, സാഹിത്യപാരമ്പര്യങ്ങൾ മുതലായവ അതിൽ ഉൾക്കൊള്ളുന്നു. ഈ തലങ്ങൾ സ്വയം നിർണ്ണയാധികാരങ്ങളുള്ള വിഭാഗങ്ങളായിട്ടല്ല മറിച്ച്, പരസ്പരം വൈരു

ദ്ധ്യാത്മക ഇടപെടലിലെ വിഭാഗങ്ങളായിട്ടാണ് നിരീക്ഷിക്കേണ്ടത്. പ്രത്യയശാസ്ത്രപരവും ഉല്പാദനപരവുമായ ഘടകങ്ങൾ തമ്മിലുള്ള സങ്കീർണ്ണമായ ഇടപെടൽ വിശകലനം ചെയ്തുകൊണ്ട് ഈഗിൾട്ടൺ രൂപപ്പെടുത്തിയ ശാസ്ത്രീയ സാഹിത്യവിമർശന ചട്ടക്കൂട് മാർക്സിസ്റ്റ് വിമർശനത്തിന് ഒരു സുപ്രധാന മുന്നേറ്റം നല്കി. ഇത് അടിത്തറ – ഉപരിഘടന മാതൃകയെ കൂടുതൽ സൗകര്യപ്രദമായ വിഭാഗങ്ങളായി പരിഷ്കരിക്കുന്നു. അത് ഒരു സാഹിത്യകൃതിയെ മനസ്സിലാക്കുന്നതിന് ഭൗതികവാദ സൈദ്ധാന്തിക അടിത്തറ വാഗ്ദാനം ചെയ്യുമ്പോൾത്തന്നെ പ്രത്യയശാസ്ത്ര, സൗന്ദര്യാത്മക, സാമ്പത്തിക ഘടകങ്ങളുടെ ഒന്നിലധികം പാളികളെ കൂടുതൽ സങ്കീർണ്ണമായ വിശകലനത്തിന് അനുവദിക്കുന്നു. ഒരു സാഹിത്യകൃതിയുടെ ഉല്പാദനത്തിന് കാരണമാകുന്ന ഘടനകളുടെ സങ്കീർണ്ണമായ പ്രതിപ്രവർത്തനത്തെ വിശദീകരിച്ചുകൊണ്ട് ഈഗിൾട്ടൺ പാഠം, പ്രത്യയശാസ്ത്രം, ചരിത്രം എന്നിവ തമ്മിലുള്ള ബന്ധത്തെ പരിശോധിക്കുന്നു. സാഹിത്യപാഠം പ്രത്യയശാസ്ത്രത്തിന്റെ ആവിഷ്കാരമല്ല. പ്രത്യയശാസ്ത്രം സാമൂഹിക വർഗ്ഗത്തിന്റെ ആവിഷ്കാരവുമല്ല. പാഠം പ്രത്യയശാസ്ത്രത്തിന്റെ ഒരു നിശ്ചിതമായ ഉല്പാദനമാണ്. ചരിത്രം പാഠത്തിലേക്കു പ്രവേശിക്കുന്നത് സൂക്ഷ്മമായും പ്രത്യയശാസ്ത്രമെന്ന നിലയിലാണ്. സാഹിത്യം ചരിത്രത്തെ ഉപയോഗിച്ചേക്കാമെന്നു പറയുമ്പോഴും ഈഗിൾട്ടൺ സാഹിത്യവും ചരിത്രവും തമ്മിലുള്ള വിത്യാസത്തെ നിലനിർത്തുന്ന സാഹിത്യ, ചരിത്ര ഗ്രന്ഥങ്ങൾ തികച്ചും വ്യത്യസ്തമായ അർത്ഥത്തിൽ പ്രത്യയശാസ്ത്രപരമാണ്. ചരിത്രത്തിന്റെ വിദൂര സാന്നിദ്ധ്യവും അഭാവവും സാഹിത്യത്തിനു സ്വാതന്ത്ര്യത്തിന്റെ വായു നല്കുന്നു. മാർക്സിസ്റ്റ് സൗന്ദര്യശാസ്ത്രത്തിലെ ഏറ്റവും പ്രശ്ന മേഖലയായ സാഹിത്യത്തിലെ ഭൗതികവാദ സൗന്ദര്യശാസ്ത്രത്തെ സംബന്ധിച്ച പ്രയാസമേറിയ ചോദ്യങ്ങളെയും ഈഗിൾട്ടൺ അഭിമുഖീകരിക്കുന്നു.

# സാഹിത്യസിദ്ധാന്തം ഒരു ആമുഖം

**ഈ**ഗിൾട്ടണിന്റെ ഏറ്റവും ജനപ്രിയമായിത്തീർന്ന, വ്യാപകമായി വായിക്കപ്പെട്ട, അക്കാദമിക് മേഖലയിൽ ഏറെ സ്വാധീനം ചെലുത്താൻ കഴിഞ്ഞ കൃതിയേതെന്ന ചോദ്യത്തിന് ഒരൊറ്റ ഉത്തരമേയുള്ളൂ. *സാഹിത്യ സിദ്ധാന്തം – ഒരു ആമുഖം* (1983). ആധുനിക സാഹിത്യവിമർശനത്തിന്റെ ചരിത്രത്തെ അന്വേഷിക്കുന്ന കൃതിയാണിത്. വിക്ടോറിയൻ കാലഘട്ടത്തിൽ ഇംഗ്ലീഷ് പഠനത്തിനുണ്ടായ ഉണർവ്വും ലിബറൽ – ഹ്യൂമനിസ്റ്റ് സ്ക്രൂട്ടിനി ഗ്രൂപ്പിന്റെയും അമേരിക്കൻ നവവിമർശനത്തിന്റെയും വികാസം എന്നിവയൊക്കെ അനുധാവനം ചെയ്യുന്ന ഈഗിൾട്ടൺ പ്രാതിഭാസിക വിജ്ഞാനീയം, ഘടനാവാദം, പോസ്റ്റ് സ്ട്രക്ചറലിസം, മനോവിശകലനം തുടങ്ങിയവയുടെ ഉദയവും വിശദീകരിക്കുന്നു. അതോടൊപ്പം സാഹിത്യ സിദ്ധാന്തത്തിലെ പ്രധാന വ്യക്തികളെയും സംവാദങ്ങളെയും കുറിച്ചുള്ള സംക്ഷിപ്ത വിവരണങ്ങളുമുണ്ട്. ഈ ഗ്രന്ഥത്തെ ഇത്രയധികം സ്വാധീനശക്തിയുള്ളതാക്കി മാറ്റിയതിന് നിരവധിഘടകങ്ങൾ ചൂണ്ടിക്കാണിക്കാനുണ്ട്. പൊതുവിൽ പറഞ്ഞാൽ അക്കാദമിക് സാഹിത്യവിമർശനത്തിന്റെ വികാസത്തിലെ ഒരു നിർണ്ണായക ചരിത്രസന്ധിയിലാണ് ഈ ഗ്രന്ഥം പ്രസിദ്ധീകരിച്ചത് എന്നതത്രേ. അതുമാത്രമല്ല കാരണം എന്നു ജയിംസ് സ്മിത്ത് വിശദമാക്കിയിട്ടുണ്ട്. സാഹിത്യപഠന ജേർണലുകളുടെയും ബിരുദ സെമിനാറുകളുടെയും മണ്ഡലത്തിൽനിന്നും സിദ്ധാന്തം പുറത്തേക്കിറങ്ങി. പണ്ഡിതന്മാർക്കിടയിൽ മാത്രം പണ്ട് ഒതുങ്ങി നിന്നിരുന്ന സാഹിത്യകലഹങ്ങൾ അക്കാദമികളിലെ പാഠ്യപദ്ധതിയുടെ ഭാഗമായി, സിദ്ധാന്തമേഖലയിലെ പുതിയ കാഴ്ചപ്പാടുകൾ ആവേശത്തോടെ സ്വീകരിക്കപ്പെട്ടു. സാഹിത്യ പഠനത്തിൽ സിദ്ധാന്തം ഒരു പുതിയ ഉണർവ്വ് സൃഷ്ടിച്ചു. പരമ്പരാഗത സാഹിത്യ പഠനരീതിയിൽ കാതലായ മാറ്റം വന്നുചേർന്നു. മാർക്സിസം, ഘടനാവാദം എന്നിവ പഠന വിഷയമായി

ത്തീർന്നു. സമീപകാല സൈദ്ധാന്തിക സംഭവവികാസങ്ങളുടെ ആഘാത – പ്രത്യാഘാതങ്ങൾ പഠനവകുപ്പുകൾ ഏറ്റെടുത്തു. പാരമ്പര്യവാദികളുടെ എതിർപ്പുകൾ അവഗണിക്കപ്പെട്ടു. സാഹിത്യസിദ്ധാന്ത പഠനത്തിൽ ഒരു മാർഗ്ഗദർശനമായി ഈഗിൾട്ടണിന്റെ ഗ്രന്ഥം മാറി. അക്കാദമിക് സിലബസിന്റെ ആവശ്യഘടകമെന്നുകൂടി വന്നതോടെ ഈ ഗ്രന്ഥം വ്യാപകമായി സ്വീകരിക്കപ്പെട്ടു. സിദ്ധാന്തങ്ങളെ ബൗദ്ധികസംവാദങ്ങളിലൂടെ അവതരിപ്പിക്കുന്നു, പുതിയ സിദ്ധാന്തങ്ങളെ പരിചയപ്പെടുത്തുന്നു എന്നിവ മാത്രമല്ല ഈ സിദ്ധാന്തങ്ങൾ യാഥാസ്ഥിതിക സാഹിത്യപഠനത്തെ എങ്ങനെ വെല്ലുവിളിച്ചു എന്നതിനെക്കുറിച്ചുള്ള അവബോധം പകർന്നു നല്കുകയും ചെയ്തു. സാഹിത്യസിദ്ധാന്തത്തിന്റെ പുതിയ മേഖലയുമായി പൊരുത്തപ്പെടാൻ തീവ്രമായി ശ്രമിച്ചുകൊണ്ടിരുന്ന വിദ്യാർത്ഥികൾക്കും ഈ ഗ്രന്ഥം അങ്ങനെ സ്വീകാര്യമായിത്തീർന്നു. വായനക്കാർക്ക് അനായാസം അഭിഗമ്യമാകുന്ന അവതരണവും ആസ്വാദ്യകരമായി വായിച്ചുപോകാവുന്ന ശൈലിയും പ്രത്യേകം എടുത്തു പറയണം. ഈ ആസ്വാദ്യതയും പാരായണക്ഷമതയും ഈഗിൾട്ടണിനെതിരെ രചനാ ദൗർബല്യമെന്ന നിലയിൽ ഉന്നയിക്കപ്പെടുകയുമുണ്ടായി. എന്നാൽ, സമകാലീന വിമർശനങ്ങളിലേക്കുള്ള വഴികാട്ടി എന്ന നിലയിൽ പരിമിതപ്പെടുത്താവുന്ന ഒന്നല്ലിതെന്നു ലോകം തിരിച്ചറിഞ്ഞു. ഒരു വിജ്ഞാനമേഖലയുടെ ജനാധിപത്യവല്ക്കരണത്തിനു തുടക്കം കുറച്ച കൃതിയാണിത്. അവ്യക്തതയും സങ്കീർണ്ണതയും മൂലം നിരന്തര വിമർശനത്തിനു വിധേയമായിക്കൊണ്ടിരുന്ന ഒരു വിജ്ഞാനമേഖലയുടെ ജനാധിപത്യവല്ക്കരണം സാധിച്ച സാഹിത്യത്തിന്റെയും സാഹിത്യവ്യവഹാരത്തിന്റെയും അരാഷ്ട്രീയ സ്വഭാവത്തിനു നേർക്ക് മൗലികമായ ഒരു രാഷ്ട്രീയ നിലപാട് അവതരിപ്പിച്ചു. ഒരു സമൂഹത്തിൽ പ്രത്യയശാസ്ത്രത്തിന്റെയും അധികാരത്തിന്റെയും വിശാലഘടനയിൽ സാഹിത്യപഠനത്തെ എങ്ങനെ ഉൾപ്പെടുത്താൻ കഴിയുമെന്നത് പരിഗണിക്കാൻ ആവശ്യപ്പെട്ടു. സാഹിത്യ സിദ്ധാന്തങ്ങളിലെ സംഭവങ്ങളെ വിശാല ചരിത്രയിടങ്ങളുമായി ബന്ധിപ്പിച്ചു.

യാന്ത്രികമായ ഘടനാവാദസമീപനത്തെ ഈഗിൾട്ടൺ പരിഹസിക്കുന്നു. ഒരാൺകുട്ടി പിതാവിനോട് വഴക്കിട്ട് വീട്ടിൽ നിന്നു ഇറങ്ങി പകൽ ച്ചൂടിൽ കാട്ടിലൂടെ നടന്നുപോയ കഥ ഘടനാവാദി എങ്ങനെ വിശകലനം ചെയ്യുമെന്ന് അദ്ദേഹം വിവരിക്കുന്നു. നടന്നുപോയ കുട്ടി ആഴമുള്ള ഒരു ഗർത്തത്തിൽ അബദ്ധത്തിൽ വീണുപോയി. പിതാവ് മകനെത്തേടിയിറങ്ങുന്നു. ഗർത്തത്തിലുറ്റു നോക്കിയെങ്കിലും ഇരുട്ടുമൂലം കാണാൻ കഴിഞ്ഞില്ല. ആ മുഹൂർത്തത്തിൽ സൂര്യൻ നേരെ തലയ്ക്കു മുകളിൽ വരുകയും ഗർത്തിന്റെ ആഴത്തെ അതിന്റെ കിരണങ്ങളാൽ പ്രകാശിപ്പിക്കുകയും കുട്ടിയെ രക്ഷിക്കാൻ പിതാവിന് അവസരമൊരുങ്ങുകയും ചെയ്തു. അനുരഞ്ജനത്തിനൊടുവിൽ സന്തോഷത്തോടെ ഇരുവരും വീട്ടിലേക്കു മടങ്ങുന്നു. ഘടനാവാദിയായ നിരൂപകൻ ഈ കഥയെ എങ്ങനെ അപഗ്രഥിക്കുമെന്ന് അദ്ദേഹം തുടർന്ന് വിവരിക്കുന്നു. കഥയെ ആദ്യം രേഖാ

ചിത്രരൂപത്തിൽ ആസൂത്രണം ചെയ്യും. സൂചകവല്ക്കരണത്തിന്റെ ആദ്യ യൂണിറ്റ് കുട്ടി പിതാവിനോടു വഴക്കിട്ടതാണ്. അത് ഉന്നതർക്കെതിരായ റെബൽ എന്നു മാറ്റിയെഴുതാം. താഴ്ന്ന/ഉന്നത ലംബ അക്ഷത്തിന് വിപരീതമായി തിരശ്ചീന അക്ഷത്തിലൂടെയുള്ള ഒരു ചലനമാണ് കാട്ടിലൂടെയുള്ള കുട്ടിയുടെ നടത്തം. അത് മദ്ധ്യം (middle) എന്ന സൂചികയിലാക്കാം. നിലത്തിന് താഴെയുള്ള ഒരു സ്ഥലത്തേക്ക് – ഗർത്തത്തിലേക്ക് – ഉള്ള വീഴ്ച വീണ്ടും താഴുന്നതിനെ സൂചിപ്പിക്കുന്നു. സൂര്യന്റെ അത്യുച്ച നില ഔന്നത്യത്തെയും സൂചിപ്പിക്കുന്നു. പിതാവും പുത്രനും തമ്മിലുള്ള അനുരഞ്ജനം താഴ്ന്നതും ഉയർന്നതും തമ്മിലുള്ള സന്തുലിതാവസ്ഥ പുനഃസ്ഥാപിക്കുന്നു. ഒപ്പം, മദ്ധ്യം എന്നു സൂചിപ്പിക്കുന്ന ഒരുമിച്ചു വീട്ടിലേക്കുള്ള നടത്തം അനുയോജ്യമായ ഒരു മദ്ധ്യവർത്തി ഭരണകൂടത്തിന്റെ നേട്ടത്തെയും അടയാളപ്പെടുത്തുന്നു. വിജയാഹ്ലാദത്തോടെ ഘടനാവാദി അടുത്ത കഥയിലേക്കു കടക്കുന്നു. ഈഗിൾട്ടണിന്റെ ഈ പാരഡി ബാർത്തിനേക്കാൾ അദ്ദേഹത്തിന്റെ മുൻഗാമികളെ ലക്ഷ്യം വെച്ചുള്ളതാണെന്ന് റോജർ വെബ്സ്റ്റർ അഭിപ്രായപ്പെടുന്നു. എങ്കിലും, ഉള്ളടക്കത്തിന്റെയും പ്രകരണത്തിന്റെയും ചെലവിൽ രൂപത്തിന് പ്രാധാന്യം നല്കുന്ന ഒരു ന്യൂനീകരണവ്യാഖ്യാനരീതിയുടെ സാദ്ധ്യതയിലേക്ക് അദ്ദേഹം വിരൽ ചൂണ്ടുന്നുണ്ട്.

സാഹിത്യസ്ഥാപനങ്ങളും സാഹിത്യസിദ്ധാന്തങ്ങളും തമ്മിലുള്ള രാഷ്ട്രീയ ബന്ധത്തെയും അവയ്ക്ക് വിശാലസമൂഹവുമായുള്ള ബന്ധത്തെയും ഈഗിൾട്ടൺ സമൂലമായി വ്യാഖ്യാനിക്കുന്നു. സാഹിത്യ സിദ്ധാന്തത്തിന് രാഷ്ട്രീയ വ്യവസ്ഥയിൽ ഒരു പ്രത്യേക പ്രസക്തിയുണ്ട്. ഉന്നത വിദ്യാഭ്യാസത്തിലെ സാഹിത്യവകുപ്പുകൾ ആധുനിക മുതലാളിത്ത രാഷ്ട്രത്തിന്റെ പ്രത്യയശാസ്ത്രോപകരണത്തിന്റെ ഭാഗമാണ്. മനുഷ്യവിമോചനമെന്ന തന്ത്രപരമായ ലക്ഷ്യത്തിലേക്ക് സമൂഹത്തിന്റെ സോഷ്യലിസ്റ്റ് പരിവർത്തനത്തിലൂടെ മെച്ചപ്പെട്ട മനുഷ്യരുടെ ഉല്പാദനത്തിന് സംഭാവന ചെയ്യുന്ന ഏതു മാർഗ്ഗവും സിദ്ധാന്തവും സ്വീകാര്യമാണ്. അതുകൊണ്ട് ഘടനാവാദം, ചിഹ്നവിജ്ഞാനീയം, മനോവിശകലനം അപനിർമ്മാണം, സ്വീകരണ സിദ്ധാന്തം തുടങ്ങിയവയ്ക്കെല്ലാം അവയുടേതായ വിലയേറിയ ഉൾക്കാഴ്ചകളുണ്ടെന്നും അവയെ ഉപയോഗപ്പെടുത്താവുന്നതാണെന്നുമാണ് ഈഗിൾട്ടണിന്റെ നിലപാട്. ആധുനികസാഹിത്യസിദ്ധാന്തത്തിന്റെ വളർച്ചയ്ക്കു കാരണമായ വിവിധ ചിന്താഗതികളുടെ വിശകലനവും വിമർശനവും മാത്രമല്ല ഈ ഗ്രന്ഥം. സാഹിത്യം ധീരമായ പുതിയ രാഷ്ട്രീയ ലക്ഷ്യങ്ങൾ തേടണം. ഒരു പുനർജ്ജന്മം നേടണം. ഒരു അലിഗറിയിലാണ് അദ്ദേഹം ഈ കൃതി അവസാനിപ്പിക്കുന്നത്. സിംഹത്തെ മെരുക്കുന്നവനേക്കാൾ ശക്തനാണ് സിംഹമെന്ന് നമുക്കറിയാം. സിംഹത്തെ മെരുക്കുന്നവനുമതറിയാം. എന്നാൽ, സിംഹത്തിനതറിയില്ല എന്നതാണ് പ്രശ്നം. സാഹിത്യത്തിന്റെ മരണം സിംഹത്തെ ഉണർത്താൻ സഹായിക്കുമെന്നതിൽ അദ്ദേഹത്തിനു സംശയമില്ല.

## വിമർശനത്തിന്റെ ധർമ്മം

വിമർശകന്റെ സാമൂഹികധർമ്മമെന്തെന്ന ചോദ്യത്തെ നേരിട്ട് സംബോധന ചെയ്യുന്ന കൃതിയാണ് The Function of Criticism. ഇംഗ്ലണ്ടിലെ സാഹിത്യ വിമർശകന്റെ പ്രൊഫഷൻ അവിടത്തെ കോഫീ ഹൗസുകളിൽനിന്നും ആനുകാലികങ്ങളിൽനിന്നും രൂപപ്പെട്ടതാണെന്ന് ഈഗിൾട്ടൺ നിരീക്ഷിക്കുന്നു. അവിടെ നിന്നാരംഭിച്ച് ഘടനാവാദോത്തരതയുടെ ദാരിദ്ര്യംവരെ പരിശോധിച്ച് ഇംഗ്ലണ്ടിലെ വിമർശകന്റെ തൊഴിലിനെക്കുറിച്ചുള്ള ഒരു ഹ്രസ്വ വിവരണമാണ് ഈ ഗ്രന്ഥം. സമകാലിക രാഷ്ട്രീയ സാമൂഹിക വ്യാപരിതവിമർശനാത്മക പരിശീലനത്തിലൂടെ ഒരു യഥാർത്ഥ പദ്ധതി കൈവരിക്കാൻ ഈഗിൾട്ടൺ ശ്രമിക്കുന്നു. അതു കണ്ടെത്താൻ ഈഗിൾട്ടൺ അവതരിപ്പിക്കുന്ന പ്രധാന സൈദ്ധാന്തിക ചട്ടക്കൂടാണ് പൊതുമണ്ഡലം എന്ന ആശയം. ഫ്രാങ്ക്ഫുർട്ട് കളരിയിലെ ഒരംഗവും അഡോർണോയുടെ ശിഷ്യനുമായ ജർമ്മൻ തത്ത്വചിന്തകൻ ഹേബർമാസാണ് ഈ ആശയം ആദ്യമായി വികസിപ്പിച്ചെടുത്തത്. അദ്ദേഹത്തിന്റെ *The Structural Transformation of the Public Sphere* (1962) എന്ന പഠനത്തിൽ പൊതുമണ്ഡലം എങ്ങനെയാണ് ബൂർഷ്വാസമൂഹത്തിന്റെ വികാസത്തിൽ രാഷ്ട്രീയപ്രവർത്തനരീതിയായി അഭിപ്രായത്തെയും യുക്തിയെയും സ്ഥാപിതമാക്കി നിർണ്ണായക ധർമ്മം നിർവ്വഹിക്കുന്നതെന്നു വിശദീകരിച്ചു. പതിനെട്ടാം നൂറ്റാണ്ടിലെ ലണ്ടനിലെ കോഫീ ഹൗസുകളായിരുന്നു പൊതുമണ്ഡലത്തിന്റെ മാതൃക. അവിടെ സാമൂഹികവും രാഷ്ട്രീയവുമായ പ്രധാന വിഷയങ്ങളെക്കുറിച്ചുള്ള സംവാദങ്ങൾ ഉയർന്ന നിലവാരമുള്ള ഉയർന്ന തലത്തിലുള്ള പുരുഷന്മാർ ഏറ്റെടുക്കുന്നു. 'സാഹിത്യ സിദ്ധാന്ത'ത്തിലവതരിപ്പിച്ച അതേ വിഷയങ്ങളാണ് വിമർശനത്തിന്റെ ധർമ്മവും പരിശോധിക്കുന്നത്. രാഷ്ട്രീയ പ്രതിബദ്ധതയുള്ള ഒരു വിമർശകന് ഈഗിൾട്ടൺ വിഭാവന ചെയ്യുന്ന ഭാവിധർമ്മത്തെ സംബന്ധിച്ച് അവിടെ അവതരിപ്പിച്ച പ്രശ്നങ്ങൾക്ക് പരിഹാരം കണ്ടെത്തുന്നു. സമകാലിക വിമർശനത്തിന്റെ രാഷ്ട്രീയത്തിലേക്കും സ്ഥാപനപരമായ പദവിയിലേക്കും ആകർഷകമായ ഇടപെടൽ ഈഗിൾട്ടൺ ഇവിടെ നടത്തുന്നു. യുദ്ധാനന്തര ബ്രിട്ടനിലെ ഏറ്റവും പ്രധാനപ്പെട്ട ഒരേയൊരു വിമർശകനായി വില്യംസിനെ അടയാളപ്പെടുത്തുന്നു. അത് വ്യക്തിപരമായ ഒരു സ്തുതിയായല്ല, മറിച്ച് ഈഗിൾട്ടണിന്റെ സൈദ്ധാന്തികനവീകരണ പ്രക്രിയയിലെ ദിശാവ്യതിയാനത്തിന്റെ സൂചനയായി കാണണം.

# സൗന്ദര്യശാസ്ത്രവും ഉത്തരാധുനികതയും

**എ**ൺപതുകളിൽ പോസ്റ്റ് സ്ട്രക്ചറലിസവുമായി ഈഗിൾട്ടൺ ഒരു ഇരട്ട ഇടപെടലാണ് നടത്തിയത്. ഒരു വശത്ത് ദറിദിയൻ അപനിർമ്മാണത്തെയും അതിന്റെ പ്രധാന ആംഗ്ലോ-അമേരിക്കൻ ആനുമാനികരുടെയും രാഷ്ട്രീയ അടിത്തറയെ ആക്രമിച്ചു. മറുവശത്ത് വിമർശന രീതികൾ പരീക്ഷിച്ചു. അത് പോസ്റ്റ് സ്ട്രക്ചറലിസത്തിന്റെ വിദ്ധ്വംസകരീതികളെയും പ്രേരണകളെയും ഉചിതമാക്കുകയും അവയെ സമൂലമായ വിമർശനാത്മക ബഹുത്വവാദത്തിന്റെ രൂപത്തിലേക്ക് പുനർനിർമ്മിക്കുകയും ചെയ്തു. സാംസ്കാരികവും ബൗദ്ധികവുമായ ആവിഷ്കാരത്തിന്റെ പ്രധാന രീതികളിലൊന്നായി ഉത്തരാധുനികതയുടെ ആവിർഭാവം തൊണ്ണൂറുകളിലെ ഈഗിൾട്ടണിന്റെ തന്ത്രപരമായ ലക്ഷ്യങ്ങളിൽ മാറ്റം വരുത്താൻ പ്രേരകമായി. എൺപതുകളിലെ ഉത്തരാധുനികത സദാ ഒരു അതി നിർണ്ണയിത സങ്കല്പമായിരുന്നു, അയഞ്ഞതും ചിലപ്പോൾ വൈരുദ്ധ്യമുള്ളതും, എന്നിരുന്നാലും സൈദ്ധാന്തികാശങ്കകളുടെ ബൗദ്ധിക പ്രാധാന്യമുള്ളതുമായ കൂട്ടമായി അത് ഒത്തുചേർന്നു. പ്രബുദ്ധതാ പദ്ധതിയുടെ അന്ത്യവും ബൃഹദാഖ്യാനങ്ങളുടെ മരണവുമായി ലിയോത്യാദും സിമുലാക്രായുടെയും അതിയാഥാർത്ഥ്യത്തിന്റെയും ഉദയവുമായി ഴാൻ ബോദ്റിലാഡും സമൂലമായ ബഹുത്വവാദത്തിനും റൈസോമിനും തൗസന്റ് പ്ലാത്തിയുസിനും മുൻഗണന നല്കി ദല്യൂസും ഗുത്താരിയും ബ്ലാങ്ക് പാരഡിയും പാസ്റ്റീഷും പുനരുല്പാദനവും കലാവിഷ്കാരത്തിന്റെ പ്രമുഖ രീതികളായി സിദ്ധാന്തവല്ക്കരിച്ചു ഫ്രെഡറിക്ക് ജയിംസണും ആ കൂട്ടത്തിലെ പ്രമുഖനായി നിന്നു. തൊണ്ണൂറുകളിൽ ഈഗിൾട്ടണിന്റെ രചനകൾ ഇവരുടെ ബൗദ്ധിക അനുമാനങ്ങളോട് പ്രതികരിക്കുന്നവയായിരുന്നു. അക്കാലഘട്ടത്തിലെ അദ്ദേഹത്തിന്റെ പ്രധാന കൃതികൾ *The Ideology* *of the Aesthetic* (1990), *Ideology: An Introduction* (1991), *The Illusions of the Postmodernism* (1996), *The Idea of Culture* (2000) എന്നിവയായിരുന്നു.

## സൗന്ദര്യത്തിന്റെ പ്രത്യയശാസ്ത്രം

ഈഗിൾട്ടണിന്റെ പ്രധാനപ്രതിഷ്ഠിത കൃതികളിലൊന്നാണ് *സൗന്ദര്യാത്മകതയുടെ പ്രത്യയശാസ്ത്രം*. സൗന്ദര്യശാസ്ത്രത്തിന്റെ ചരിത്രത്തിലെ പ്രധാന വ്യക്തികളെ ഒക്കെത്തന്നെ ഉൾക്കൊള്ളുന്ന ഈ കൃതി വ്യാപ്തി കൊണ്ടും വലിയ പഠനങ്ങളിലൊന്നാണ്. സൗന്ദര്യശാസ്ത്രത്തിന്റെ ചരിത്രത്തിലൂടെയുള്ള ഒരു പര്യടനം. അതിന്റെ പ്രധാന സംഭവവികാസങ്ങളുമായുള്ള ഒരു സംവാദം. വംശാവലിയുടെ വിലയിരുത്തൽ. സാഹിത്യസിദ്ധാന്തത്തിലും വിമർശനത്തിന്റെ ധർമ്മത്തിലും അദ്ദേഹം തുടങ്ങിവെച്ച പദ്ധതിയുടെ പല നിലയ്ക്കുമുള്ള ഒരു പൂർത്തീകരണം. വിമർശനത്തിന്റെയും സിദ്ധാന്തത്തിന്റെയും സമകാലിക സാഹചര്യങ്ങളെ അനുധാവനം ചെയ്ത് അവയുടെ ചരിത്രപരമായ വേരുകളിലൂടെ പിന്നോട്ടു പോയി ബൗദ്ധികവ്യവഹാരങ്ങളിൽ ഭാവിയിൽ അവയുടെ ധർമ്മമെന്തെന്നു കണ്ടെത്താനും നിർണ്ണയിക്കാനുമുള്ള ഒരു ശ്രമം. തുടക്കത്തിൽത്തന്നെ ചോദിക്കേണ്ട അടിസ്ഥാനപരവും എന്നാൽ നിർണ്ണായകവുമായ ഒരു ചോദ്യമുണ്ട്. സൗന്ദര്യാത്മകത എന്ന സംജ്ഞ ഉപയോഗിക്കുമ്പോൾ ഈഗിൾട്ടൺ യഥാർത്ഥത്തിൽ അർത്ഥമാക്കുന്നതെന്താണ്?

സൗന്ദര്യശാസ്ത്രത്തെ പരമ്പരാഗതമായ അർത്ഥത്തിൽ അഭിരുചിയുടെ സിദ്ധാന്തമെന്നോ ദർശനമെന്നോ പരിമിതപ്പെടുത്തിയിരിക്കുന്നു. അല്ലെങ്കിൽ, കലയിലും പ്രകൃതിയിലും സുന്ദരമായതിനെക്കുറിച്ചുള്ള വീക്ഷണമാണ്. എന്നാൽ, ഈഗിൾട്ടൺ സൗന്ദര്യാത്മകതയെ വിശാലമായ രീതിയിൽ ഉപയോഗിക്കുന്നു. കലയോ സൗന്ദര്യമോ മാത്രം പരിഗണിക്കുന്ന തത്ത്വചിന്താ വ്യവസ്ഥ എന്ന ആശയത്തെ അദ്ദേഹം വെല്ലുവിളിക്കുന്നു. സാമൂഹികമായ ധാരണയ്ക്ക് പ്രസക്തിയുള്ള ഒരാശയമായി അതിനെ പുനർവിന്യസിക്കുന്നു. ഇതൊരു സൗന്ദര്യശാസ്ത്ര ചരിത്രമല്ലെന്ന് ആമുഖത്തിൽ അദ്ദേഹം വ്യക്തമാക്കുന്നു. ഒട്ടുമിക്ക സൗന്ദര്യശാസ്ത്രകാരന്മാരെക്കുറിച്ചും പരാമർശിക്കുന്നുണ്ടെങ്കിലും മിക്കവരും ജർമ്മൻ ചിന്തകന്മാരാണെന്ന് സൂചിപ്പിക്കുന്നു. സൗന്ദര്യാത്മകത ആധുനിക ചിന്തയിൽ ഒരു പ്രബല ധർമ്മം നിർവ്വഹിക്കുന്നുണ്ടെങ്കിൽ അത് ആ സങ്കല്പത്തിന്റെ ബഹുവിധ നൈപുണ്യം (versatility) കൊണ്ടാണെന്നതിൽ സംശയം വേണ്ട. ഈഗിൾട്ടൺ കണ്ടെത്തുന്ന സൗന്ദര്യാത്മക വിഷയങ്ങൾക്കൊക്കെയും നവോത്ഥാനം അല്ലെങ്കിൽ ക്ലാസിക്കൽ പ്രാചീനത വരെ പൈതൃകം കണ്ടെത്താവുന്നതാണെന്നു സമ്മതിക്കുന്നു. എന്നാൽ, ഇത് ഒരു മാർക്സിസ്റ്റ് പഠനമാണെന്നു പറയുകയും ചെയ്യുന്നു.

സൗന്ദര്യശാസ്ത്രം ഉടലിന്റെ ഒരു വ്യവഹാരമെന്ന നിലയിലാണ് ഉത്ഭവിച്ചത്. ജർമ്മൻ തത്ത്വചിന്തകനായ അലക്സാണ്ടർ ബോംഗാർട്ടിനാണ്

അതിന്റെ രൂപവല്ക്കരണം ആദ്യമായി നിർവ്വഹിച്ചത്. ഈ സംജ്ഞ ആദ്യം കലയെ സൂചിപ്പിക്കുന്നതായിരുന്നില്ല. മറിച്ച് ഗ്രീക്കിലെ ഐസ്തേസിസ് സൂചിപ്പിക്കുന്നതുപോലെ മനുഷ്യാവബോധത്തിന്റെയും അനുഭൂതിയുടെയും മുഴുവൻ മണ്ഡലത്തെയും ഉൾക്കൊള്ളുന്നതായിരുന്നു. പതിനെട്ടാം നൂറ്റാണ്ടിൽ ജർമ്മനിയിൽ രാഷ്ട്രീയ കേവല വാദത്തോടുള്ള ഒരു പ്രതികരണമെന്ന നിലയിലാണ് സൗന്ദര്യശാസ്ത്രത്തിന്റെ വരവുണ്ടായത്. ബോംഗാർട്ടിൻ യുക്തിയുടെ സഹോദരിയായി സൗന്ദര്യശാസ്ത്രത്തെ കരുതി. അനുഭവത്തിന്റെ ലോകം അമൂർത്തമായ സാർവ്വത്രിക നിയമങ്ങളിൽ നിന്ന് ഉരുത്തിരിഞ്ഞത് എന്ന തിരിച്ചറിവിൽനിന്നാണ് സൗന്ദര്യശാസ്ത്രത്തിന്റെ പിറവി. പൊതു ആശയത്തെ പരാജയപ്പെടുത്തുന്ന സങ്കീർണ്ണമായ വ്യതിരിക്തതയാണ് സംവേദനത്തിന്റെ സവിശേഷത. പതിനെട്ടാം നൂറ്റാണ്ടിൽ സൗന്ദര്യശാസ്ത്രത്തിന്റെ പുതിയ തത്ത്വം ഉദിക്കുന്നത് രാഷ്ട്രീയ അധികാരത്തോടുള്ള വെല്ലുവിളിയായല്ല. എന്നാൽ, അത് കേവലശക്തിയിൽ അന്തർല്ലീനമായ ഒരു പ്രത്യയശാസ്ത്ര ധർമ്മസങ്കടത്തിന്റെ ലക്ഷണമായി കരുതാം. ബോംഗാർട്ടിനി Aesthetica (1750) യിലൂടെ ഒരു നൂതന സംവേദനാത്മക മണ്ഡലം തുറന്നു. അദ്ദേഹത്തെ സംബന്ധിച്ചിടത്തോളം സൗന്ദര്യശാസ്ത്രം യുക്തിയുടെ സാമാന്യതയെയും ഇന്ദ്രിയജ്ഞാനത്തെയും തമ്മിൽ മദ്ധ്യസ്ഥമാക്കുന്നു. സൗന്ദര്യാത്മകത അസ്തിത്വ മണ്ഡലമാണ്. അത് യുക്തിയുടെ പൂർണ്ണതയിൽ പങ്കാളിയാകുന്നു. വില്യംസ് കീവേർഡ്സിൽ സൂചിപ്പിക്കുന്നതുപോലെ സമൂഹത്തിൽനിന്ന് കലയുടെ സാങ്കല്പികമായ വിഭജിക്കലിന്റെ ലക്ഷണമെന്ന നിലയിലല്ല ഈഗിൾട്ടൺ സൗന്ദര്യാത്മകതയെ കാണുന്നത്. മറിച്ച്, രാഷ്ട്രീയാധികാരത്തിന്റെ ഒരു പുതിയ രീതിയായാണ്. അത് വില്യംസിന്റെ വിവരണത്തിനുമപ്പുറത്തേക്ക് വികസിക്കുന്നു. സൗന്ദര്യാത്മകതയ്ക്ക് പ്രായോഗികമോ അല്ലെങ്കിൽ പ്രയോജനപരമോ ആയ പരിഗണനകളുണ്ടെന്ന് വില്യംസ് പറഞ്ഞു. ഈ വിഭജനത്തിന്റെ ഉത്ഭവവും പൈതൃകവും കണ്ടെത്തുകയായിരുന്നു ഈഗിൾട്ടണിന്റെ ലക്ഷ്യം. സൗന്ദര്യത്തെക്കുറിച്ചുള്ള അദ്ദേഹത്തിന്റെ ധാരണയെ നിർവ്വചിക്കാൻ ഏറ്റവും അനുയോജ്യം ശരീരത്തിന്റെ വ്യവഹാരം എന്ന പ്രയോഗമാണ്. മമതകളുടെയും വൈമുഖ്യങ്ങളുടെയും വ്യാപാരമാണത്. ശരീരത്തിന്റെ ഇന്ദ്രിയാനുഭൂതിപരമായ തലങ്ങളിൽ ലോകം എങ്ങനെ പതിയുന്നു. ഒപ്പം, നമ്മുടെ ഏറ്റവും സാമാന്യവും ജീവശാസ്ത്രപരവുമായതിൽനിന്നും ആവിർഭവിക്കുന്നതെല്ലാം ലോകത്തിലേക്കും നിവേശിപ്പിക്കുന്നു. ഇതെല്ലാം ശരീരത്തിന്റെ വ്യവഹാരത്തിൽ ഉൾപ്പെട്ടിരിക്കുന്നു.

സമ്പൂർണ്ണ ഭരണകൂടത്തിന്റെ നിർബ്ബന്ധിത ഉപകരണങ്ങളുടെ തകർച്ചയോടെ വ്യക്തിവാദത്തിലേക്ക് കൂപ്പു കുത്തുന്ന സമൂഹത്തെ ഒന്നിപ്പിച്ചു നിർത്താൻ ചില സംവിധാനങ്ങൾ ആവശ്യമാണ്. ബൂർഷ്വാ സാമൂഹിക ക്രമത്തിന്റെ ആത്യന്തികമായ ബന്ധിതശക്തി കേവല വാദത്തിന്റെ നിർബ്ബന്ധിത ഉപകരണത്തിന് വിപരീതമായി ശീലങ്ങൾ, ഭക്തികൾ, വികാര

ങ്ങൾ, മമതകൾ എന്നിവയായിരിക്കും. അത്തരമൊരു ക്രമത്തിലെ ശക്തി സൗന്ദര്യവല്ക്കരിക്കപ്പെട്ടതായിത്തീരും. സൗന്ദര്യാത്മകതയുടെ ഉദയത്തെ സാമൂഹിക നിയന്ത്രണം ഉറപ്പിക്കുന്നതിനുള്ള രീതിയുമായി ബന്ധിപ്പിക്കുമ്പോൾ സൗന്ദര്യാത്മകതയുടെ വികാസം എന്ന ആശയം ഇരുതലയുള്ളതായി മാറുമെന്ന് ഈഗിൾട്ടൺ അവകാശപ്പെടുന്നു. ഒരുവിധത്തിൽ ഒരു സമൂഹത്തെ ബന്ധിപ്പിച്ചു നിർത്തുന്ന യഥാർത്ഥ വിമോചകശക്തി എന്ന നിലയിലും മറ്റൊരു തരത്തിൽ ഒരു പുതിയ മർദ്ദനരീതി എന്ന നിലയിലും. അങ്ങനെ രാഷ്ട്രീയ അധീശത്വത്തിന്റെ ഏറ്റവും ഫലപ്രദമായ രീതിയായി അത് പ്രവർത്തിക്കുന്നു. ഈഗിൾട്ടൺ സൗന്ദര്യാത്മകതയ്ക്കുള്ളിൽ പ്രവർത്തിക്കുന്ന നിയന്ത്രണശക്തിയുള്ളതും വിമോചനപരവുമായ ഘടകങ്ങളെ കണ്ടെത്താനാണ് ശ്രമിക്കുന്നത് ബോംഗാർട്ടിൻ, കാന്റ്, ഹെഗൽ തുടങ്ങിയ സൗന്ദര്യശാസ്ത്രജ്ഞന്മാരുടെ ചിന്തകളിലൂടെ അദ്ദേഹം അന്വേഷണം നടത്തുന്നു. ആധുനിക കാലഘട്ടത്തിലെ മൂന്നു മുഖ്യസൗന്ദര്യശാസ്ത്രജ്ഞന്മാരായി മാർക്സ്, നീഷെ, ഫ്രോയിഡ് എന്നിവരെ നിർദ്ദേശിക്കുന്നു. ഇവരിൽ മാർക്സ് തൊഴിലാളിയുടെ ശരീരവും നീഷെ അധികാരമെന്ന നിലയിലുള്ള ശരീരവും ഫ്രോയിഡ് അഭിലാഷത്തിന്റെ ശരീരവും അടിസ്ഥാനമാക്കി സൗന്ദര്യാത്മകതയുടെ അടിത്തറയെക്കുറിച്ചു ചർച്ച ചെയ്തു. നിലവിലുള്ള ഉത്തരാധുനികയാഥാസ്ഥിതികതയെ പ്രതിരോധിക്കുന്നതിനുള്ള ഒരു വിഭാഗമായി സൗന്ദര്യാത്മകതയെ വീണ്ടെടുക്കുക – അതാണ് ഈഗിൾട്ടൺ സൗന്ദര്യാത്മകതയുടെ മഹത്തായ വിപ്ലവ പൈതൃകമായി അവതരിപ്പിക്കുന്നത്. സൗന്ദര്യശാസ്ത്രത്തെ അദ്ദേഹം ഒരു സൈദ്ധാന്തിക വ്യവഹാരമെന്ന നിലയിൽ ഉയർത്തുന്നു. അവബോധത്തിന്റെയും അനുഭവത്തിന്റെയും ലോകം അമൂർത്തമായ സാർവ്വത്രിക നിയമങ്ങളിൽ നിന്ന് ഉരുത്തിരിഞ്ഞതല്ല എന്ന തിരിച്ചറിവിൽ നിന്ന് സൗന്ദര്യശാസ്ത്രം പിറവിയെടുക്കുന്നു.

പതിനെട്ടാം നൂറ്റാണ്ടു മുതലുള്ള സൗന്ദര്യാത്മകതയുടെ പ്രത്യയശാസ്ത്രത്തെക്കുറിച്ചുള്ള ഒരു മാർക്സിസ്റ്റ് വിശകലനവും വിമർശനവുമാണ് ടെറി ഈഗിൾട്ടൺ നിർവ്വഹിക്കുന്നത്. ബോംഗാർട്ടിന്റെ സൗന്ദര്യാത്മക ദർശനത്തിൽ നിന്നാരംഭിക്കുന്ന അവലോകനം ഫൂക്കോയുടെയും ലിയോത്താർഡിന്റെയും ഉത്തരാധുനിക സൗന്ദര്യശാസ്ത്രത്തിൽ ഉച്ചാവസ്ഥയിലെത്തുന്നു. അദ്ദേഹത്തിന്റെ ചരിത്രപരമായ വായന സൗന്ദര്യാത്മകതയെ, കലയുടെ മണ്ഡലത്തിലെ ഒരു പരമ്പരാഗത സംജ്ഞയെന്ന നിലയിൽ പുനർനിർവ്വചിക്കുന്നതിനു പകരം, വൈവിദ്ധ്യമാർന്നതും ബഹുമുഖവും സന്ദിഗ്ദ്ധമാർന്നതുമായ ഒരു ആശയമാണെന്ന് വാദിക്കുന്നു. അതിന് അസമാനമായ പല ധർമ്മങ്ങൾ നിർവ്വഹിക്കാനുണ്ടെന്ന് അദ്ദേഹം പറയുന്നു. വൈജ്ഞാനികതയുടെയും ധാർമ്മികതയുടെയും സ്വയംഭരണ മേഖലകളിൽ നിന്ന് സൗന്ദര്യാത്മകത വേർതിരിക്കപ്പെടുകയും കലയെ ഒരു ചരക്കാക്കുകയും ചെയ്തുകഴിഞ്ഞാൽ സ്വയം നിയന്ത്രിക്കുന്നതും സ്വയം നിർണ്ണയിക്കുന്നതുമായ രീതിയിൽ കല സ്വയം നിലനില്ക്കും.

സ്വയം ഭരണമുള്ളതും അപസന്ദർഭീകരിക്കപ്പെട്ടതുമായ കല അതിന്റെ സാമൂഹികമായ അർത്ഥശൂന്യതയുടെ ഗുണം ഉണ്ടാക്കും. കല അതിനാൽ ത്തന്നെ ഒരു അവസാനമാണെന്ന് അവകാശപ്പെടുന്നു. പതിനെട്ടാം നൂറ്റാണ്ടിൽ നിയമാനുസൃത ധാർമ്മിക മൂല്യങ്ങൾക്കായുള്ള രീതിശാസ്ത്രം തിരഞ്ഞ സൈദ്ധാന്തികർ ധാർമ്മിക സിദ്ധാന്തം കെട്ടിപ്പടുക്കുന്നതിനുള്ള ഒരു മാതൃകയായി സൗന്ദര്യാത്മകതയെ ഉപയോഗിച്ചു. ധാർമ്മികത കലയെന്ന നിലയിൽ നങ്കൂരമിടുന്നുവെന്നായിരുന്നു കാന്റിന്റെ നിലപാട്. കലയെ നിർണ്ണയിക്കാനും മൂല്യം നിശ്ചയിക്കാനും സാധരണമായി ഉപയോഗിക്കുന്ന അന്തർജ്ഞാനത്തിൽ ഹ്യൂം സൗന്ദര്യം കണ്ടു. ധാർമ്മികതയുടെ സൗന്ദര്യവല്ക്കരണത്തിലേക്ക് ഒരിക്കൽ വാതിൽ തുറന്നാൽ തത്ത്വചിന്താപരമായ വിജ്ഞാനത്തിന്റെയും സാമൂഹികജീവിതത്തിന്റെയും മറ്റു മണ്ഡലങ്ങളും സൗന്ദര്യാത്മകമാകും. അറിവിന്റെ മൂന്നു മേഖലകളെയും – ജ്ഞാനം, ധർമ്മം, സൗന്ദര്യം – അനുരഞ്ജിപ്പിക്കുന്നത് സൗന്ദര്യാത്മകതയാണ്. അറിവിന്റെയും സാമൂഹ്യസമ്പ്രദായങ്ങളുടെയും ഈ സൗന്ദര്യവല്ക്കരണത്തെ ഈഗിൾട്ടൺ വിമർശിക്കുന്നു. സൗന്ദര്യശാസ്ത്രവും രാഷ്ട്രീയ പ്രത്യയ ശാസ്ത്രവും വേറിട്ടതും വ്യതിരിക്തവുമായ ഉണ്മകളാണെന്നും അവയെ വീണ്ടും ബന്ധിപ്പിക്കുന്നതിനുള്ള ഒരേയൊരു മാർഗ്ഗം എല്ലാം ഉൾക്കൊള്ളുന്ന ഒരു സൗന്ദര്യാത്മകതയാണെന്നും അദ്ദേഹം വാദിക്കുന്നതിൽ അതിശയിക്കാനില്ല. വാസ്തവത്തിൽ പ്രബുദ്ധതയിൽനിന്നും അവശേഷിക്കുന്ന ഒരു അടിച്ചമർത്തൽ ബൂർഷ്വാ പ്രത്യയശാസ്ത്രം മാത്രമാണ് സൗന്ദര്യാത്മകത എന്ന ഇടതുനിലപാടിനെ നിരാകരിക്കുകയാണ് *The Ideology of the Aesthetic* ന്റെ പ്രധാന ദൗത്യം എന്ന് ഈഗിൾട്ടൺ കരുതുന്നു. സൗന്ദര്യം വൈരുദ്ധ്യാത്മകവും പരസ്പര വിരുദ്ധവുമാണെന്ന ആശയത്തെ ഈഗിൾട്ടൺ മനസ്സിലാക്കുന്നു. പലപ്പോഴും മദ്ധ്യവർഗ്ഗ മേധാവിത്തത്തെ വെല്ലുവിളിക്കുന്നതും അതേ സമയം അതിനെ പിന്തുണയ്ക്കുന്നതുമാണെന്നും തിരിച്ചറിയുന്നു. സൗന്ദര്യാത്മകത ഒരു വൈരുദ്ധ്യാത്മക പ്രതിഭാസമാണ്. സൗന്ദര്യശാസ്ത്രത്തിലെ സംഭവവികാസങ്ങളെ തത്ത്വചിന്തയിലെയും ഭൗതികലോകത്തിലെയും വിശാല സന്ദർഭങ്ങളുമായി ബന്ധിപ്പിക്കുന്ന ശക്തമായ ഒരു രാഷ്ട്രീയ പദ്ധതി അവതരിപ്പിച്ചു എന്നതാണ് ഈ കൃതിയുടെ നേട്ടം. എൺപതുകളിൽ സാഹിത്യസിദ്ധാന്തത്തിന്റെ പ്രചാരകനായി ഉയർന്നുവന്ന ഈഗിൾട്ടണിന്റെ ദാർശനിക വഴിത്തിരിവ് എന്നു വിളിക്കാവുന്ന കൃതിയായി ഇതിനെ അടയാളപ്പെടുത്താം. ധീരവും പ്രശംസനീയവുമായ ശ്രമമെന്നാണ് റിച്ചാർഡ് ഷുസ്റ്റർമാൻ പ്രകീർത്തിച്ചത്.

## പ്രത്യയശാസ്ത്രത്തിന്റെ പ്രസക്തി

ഒരു വിമർശനസങ്കല്പമെന്ന നിലയിൽ പ്രത്യയശാസ്ത്രത്തിന്റെ പ്രസക്തിയെക്കുറിച്ചുള്ള ചോദ്യം ലോകമെമ്പാടും നിശിതമായ ചർച്ചകൾക്കു വിധേയമായിക്കൊണ്ടിരുന്ന കാലഘട്ടത്തിലാണ് *പ്രത്യയശാസ്ത്രം ഒരു*

*ആമുഖം* (1991) പ്രസിദ്ധീകരിക്കുന്നത്. പ്രത്യയശാസ്ത്രമെന്ന സങ്കല്പ ത്തെത്തന്നെ വിസ്താരം ചെയ്യാനുള്ള ഒരു ശ്രമമായിരുന്നു ഈ ഗ്രന്ഥം. ഈ സംജ്ഞയെ ചുറ്റിപ്പറ്റിയുള്ള സംവാദങ്ങളുടെ വിപുലമായ പരിശോധ ന തന്നെയാണ് ഈഗിൾട്ടൺ ലക്ഷ്യമിട്ടത്. 1989 ൽ ബർലിൻ മതിൽ പൊ ളിച്ചതോടെ തൊണ്ണൂറുകളുടെ ആദ്യംതന്നെ സോവിയറ്റ് യൂണിയന്റെ നാ ടകീയമായ തകർച്ചയും സംഭവിച്ചതോടെ ലോകത്തിൽ കമ്യൂണിസത്തിന്റെ തകർച്ചയെക്കുറിച്ചുള്ള ചർച്ചകൾക്ക് ഗതിവേഗം കിട്ടി. 1989 ൽ നവലിബ റൽ ബുദ്ധിജീവിയായ ഫുക്കുയാമ 'ചരിത്രത്തിന്റെ അന്ത്യ'മെന്ന ലേഖനം പ്രസിദ്ധീകരിച്ചു. എന്നാൽ പ്രത്യയശാസ്ത്രത്തിന് പ്രസക്തിയില്ലാത്ത ഒരു യുഗത്തിലേക്ക് മാനവികത പ്രവേശിക്കുകയാണെന്ന വസ്തുത പ്രഖ്യാ പിക്കുന്നതിനായി പ്രത്യയശാസ്ത്രത്തിന്റെ അന്ത്യം ഫുക്കുയാമ പ്രഖ്യാ പിച്ചിട്ടില്ല. എങ്കിലും പ്രത്യയശാസ്ത്രം കാലഹരണപ്പെട്ടതായി പ്രഖ്യാ പിക്കാനുള്ള ഒരു തിക്കും തിരക്കും അക്കാലത്തുണ്ടായി. പ്രത്യയശാസ് ത്രം ഉപയോഗ ശൂന്യമായ ഒരു സങ്കല്പമാണെന്ന് റിച്ചാർഡ് റോർട്ടി പ്ര സ്താവിച്ചു. അത്തരമൊരു സന്ദർഭത്തിലാണ് ഈഗിൾട്ടൺ ഇടപെടുന്ന ത്. ലോകമെമ്പാടുമുള്ള പ്രത്യയശാസ്ത്രപ്രസ്ഥാനങ്ങളുടെ ശ്രദ്ധേയമാ യ പുനരുജ്ജീവനത്തിൽ ലോകം സാക്ഷ്യം വഹിച്ച ഒരു കാലഘട്ടത്തി ലാണ് അതിന്റെ അവസാനത്തെക്കുറിച്ചുള്ള പ്രഖ്യാപനങ്ങൾ വരുന്നതെ ന്ന് അദ്ദേഹം വാദിച്ചു. ഒരു സൈദ്ധാന്തികോപകരണമെന്ന നിലയിൽ പ്ര ത്യയശാസ്ത്രത്തിന്റെ പ്രാധാന്യത്തെ പുനർവിന്യസിക്കുകയും അതിന്റെ ദീർഘവും പലപ്പോഴും സംഘർഷാത്മകവുമായ പരിണാമത്തെ പുനർ വിചിന്തനം ചെയ്യുകയുമാണ് ഈഗിൾട്ടൺ ഏറ്റെടുത്ത ദൗത്യം. പ്രത്യയ ശാസ്തത്തെ ആറ് വ്യത്യസ്ത രീതികളിൽ നിർവ്വചിക്കാൻ കഴിയുമെന്ന് അദ്ദേഹം വ്യക്തമാക്കി. അവയെ സമന്വയിപ്പിച്ച് ഒരു ഏകീകൃത സിദ്ധാ ന്തമായി അവതരിപ്പിക്കുകയല്ല അദ്ദേഹം. മറിച്ച്, പര്യവേക്ഷണം ചെയ്യേ ണ്ട വിഷയത്തെ സജീവമായി സമീപിക്കാനുള്ള അടിത്തറയൊരുക്കുക യാണ്. ആദ്യം നിർവ്വചനങ്ങൾ പരിശോധിക്കാം.

1. സാമൂഹിക ജീവിതത്തിലെ ആശയങ്ങൾ, വിശ്വാസങ്ങൾ, മൂല്യങ്ങൾ എന്നിവയുടെ ഉല്പാദനത്തിനായുള്ള പൊതുവായ ഭൗതിക പ്രക്രി യയാണ് പ്രത്യയശാസ്ത്രം. ഇത്തരമൊരു നിർവ്വചനം രാഷ്ട്രീയമായും ജ്ഞാനശാസ്ത്രപരമായും നിഷ്പക്ഷമാണ്. മാത്രമല്ല സംസ്കാര മെന്ന പദത്തിന്റെ വിശാലമായ അർത്ഥത്തോട് അടുക്കുകയും ചെ യ്യുന്നു. അതേ സമയം പ്രത്യയശാസ്ത്ര ബോധം സംസ്കാരമെന്ന അർത്ഥത്തേക്കാൾ വിശാലമാണ്.
2. ഒരു പ്രത്യേക സാമൂഹ്യപ്രാധാന്യവിഭാഗത്തിന്റെയോ അല്ലെങ്കിൽ വർഗ്ഗത്തിന്റെയോ അവസ്ഥകളെയോ ജീവിതാനുഭവങ്ങളെയോ പ്ര തീകവല്ക്കരിക്കുന്നതാണ് പ്രത്യയശാസ്ത്രം. ഒരു ലോകവീക്ഷണം എന്ന ആശയത്തിലേക്ക് ഇവിടെ പ്രത്യയശാസ്ത്രം അടുക്കുന്നു. സാമൂഹ്യപ്രതീകാത്മക ആത്മാവിഷ്കാരം.

3. സ്വയം പ്രോത്സാഹിപ്പിക്കുന്ന സാമൂഹികശക്തികൾ പരസ്പരം പൊരുത്തപ്പെടുന്നതും സാമൂഹ്യശക്തിയുടെ പുനരുല്പാദനത്തിന് കേന്ദ്രമായ ചോദ്യങ്ങളുമായി കൂട്ടിമുട്ടുന്നതുമായ ഒരു വ്യവഹാര മേഖല.
4. മേഖലാതാല്പര്യങ്ങളുടെ പ്രോത്സാഹനത്തിനും നിയമസാധുതയ്ക്കും ഊന്നൽ നിലനിർത്തുന്നതും പ്രബലമായ സാമൂഹിക ശക്തിയുടെ പ്രവർത്തനങ്ങളിൽ ഒതുങ്ങുന്നതുമാണ്.
5. ഒരു ഭരണവർഗ്ഗത്തിന്റെയോ വർഗ്ഗത്തിന്റെയോ താല്പര്യങ്ങൾ നിയമാനുസൃതമാക്കാൻ സഹായിക്കുന്ന ആശയങ്ങളും വിശ്വാസങ്ങളും.
6. തെറ്റായ അല്ലെങ്കിൽ വഞ്ചനാപരമായ വിശ്വാസങ്ങളിൽ ഊന്നൽ വച്ചു പുലർത്തുന്ന എന്നാൽ, അത്തരം വിശ്വാസങ്ങളെ ഒരു പ്രബലവർഗ്ഗത്തിന്റെ താല്പര്യങ്ങളിൽനിന്നല്ല, മറിച്ച്, ഒരു സമ്പൂർണ്ണതയെന്ന നിലയിൽ സമൂഹത്തിന്റെ ഭൗതികഘടനയിൽനിന്ന് ഉരുത്തിരിഞ്ഞതാണെന്നു കരുതുന്നു.

പ്രത്യയശാസ്ത്രത്തോട് അത്ര ക്രൂരമായി പ്രതികരിക്കേണ്ടതില്ലെന്ന് അദ്ദേഹം ഊന്നിപ്പറയുന്നുണ്ട്. പ്രത്യയശാസ്ത്രചരിത്രത്തിന്റെ ഒരു രൂപരേഖ തയ്യാറാക്കാനും അതിലെ ചില ആശയക്കുഴപ്പങ്ങൾ ഒഴിവാക്കാനുമാണ് അദ്ദേഹം ഉന്നമിടുന്നത്. അതോടൊപ്പം പ്രത്യയശാസ്ത്രത്തെക്കുറിച്ചുള്ള സ്വന്തം കാഴ്ചപ്പാടുകൾ വികസിപ്പിച്ചെടുക്കുന്നതിലും ശ്രദ്ധാലുവാണ്. പ്രത്യയശാസ്ത്രത്തിനു ചരിത്രപരമായി നിരവധി അർത്ഥങ്ങളുണ്ട്. ചിന്തയുടെ സാമൂഹിക നിർണ്ണയത്തിന്റെ പ്രവർത്തനരഹിതമായ വിശാലമായ അർത്ഥം മുതൽ ഒരു ഭരണവർഗ്ഗത്തിന്റെ നേരിട്ടുള്ള താല്പര്യങ്ങൾക്കായി തെറ്റായ ആശയങ്ങൾ വിന്യസിക്കുക എന്ന സംശയാസ്പദമായ സങ്കുചിതാശയം വരെ അക്കൂട്ടത്തിലും മിക്കപ്പോഴും അടയാളങ്ങളും അർത്ഥങ്ങളും മൂല്യങ്ങളും ഒരു പ്രബലമായ സാമൂഹികശക്തിയെ പുനർനിർമ്മിക്കാൻ സഹായിക്കുന്ന വഴികളെയാണ് പ്രത്യയശാസ്ത്രം സൂചിപ്പിക്കുന്നത്. പ്രത്യയശാസ്ത്രം ഒരു അന്തർല്ലീനമായ സാങ്കേതിക മതേതര യുക്തിവാദപരമായ സാമൂഹിക വ്യവഹാരമാണ്. അത് ഒരു സാമൂഹിക ക്രമം നിയമാനുസൃതമാക്കാനുള്ള എല്ലാ മതപരമോ ഭൗതികമോ ആയ ശ്രമങ്ങളെയും തകിടം മറിച്ചു. പ്രത്യയശാസ്ത്രത്തിന്റെ നിലനില്പും സാധുതയും സ്ഥാപിക്കുകയായിരുന്നു ഈഗിൾട്ടൺ. അതോടൊപ്പം സമകാലിക രാഷ്ട്രീയ സാംസ്കാരിക സംഘടനകളുടെ സങ്കീർണ്ണത മനസ്സിലാക്കുന്നതിനുള്ള ആശയമെന്ന നിലയിൽ പ്രത്യയശാസ്ത്രത്തിന്റെ സാധുതയും സ്ഥാപിച്ചു.

## ഉത്തരാധുനികത

ഉത്തരാധുനികതയെക്കുറിച്ചുള്ള ഈഗിൾട്ടണിന്റെ വിമർശനം പല തലത്തിൽ സംഭവിക്കുന്നു. ആദ്യത്തേത് ഉത്തരാധുനികത ഉരുത്തിരിഞ്ഞ ചരിത്രപരമായ അവസ്ഥയെക്കുറിച്ചാണ്. ഒരു രാഷ്ട്രീയ സാകല്യാവസ്ഥയെ

അഭിമുഖീകരിക്കുന്നതിൽനിന്ന് ഇടതുപക്ഷം ഒഴിഞ്ഞു മാറുന്ന സാഹചര്യങ്ങളിൽ ഉത്തരാധുനികതയുടെ ബൗദ്ധികാന്തരീക്ഷം രൂപപ്പെടുന്നു. പ്രാന്തീയതയും അപ്രധാനതയും അന്വേഷണത്തിന്റെയും പോരാട്ടത്തിന്റെയും മേഖലകളായിത്തീരും. സത്യം, ചരിത്രം എന്നിങ്ങനെയുള്ള സമഗ്ര സങ്കല്പങ്ങൾ റാഡിക്കലായുള്ള ചോദ്യങ്ങളിലേക്ക് വലിച്ചെറിയപ്പെടുന്നു. ആന്തരികമായി, ശരീരവും ആത്മനിഷ്ഠതയും സംബന്ധിച്ച ചോദ്യങ്ങളിലേക്ക് സൈദ്ധാന്തികമായ അന്വേഷണങ്ങൾ കൂടുതലായി തിരിയുന്നു. രാഷ്ട്രീയ പുരോഗതി നിലവിലുള്ള സ്ഥിതിയുടെ ആഘോഷമായി നിശ്ചലീഭവിക്കുന്നു. ഇതിന്റെ അടിസ്ഥാനത്തിൽ ഈഗിൾട്ടൺ വാദിക്കുന്നത് നിലനില്ക്കുന്ന ബൗദ്ധികാന്തരീക്ഷത്തിന്റെ പിന്നിലെ അടിസ്ഥാന യുക്തി പ്രത്യക്ഷമായും തെറ്റാണ് എന്നത്രേ. മുതലാളിത്തം പരമമായതാണെന്ന അവസ്ഥ സൃഷ്ടിക്കുന്നതിലെ രാഷ്ട്രീയമായ അപായം അദ്ദേഹം കണ്ടെത്തുന്നു. രണ്ടാമത്തെ തലം ഒരു രാഷ്ട്രീയ ഐക്യദാർഢ്യത്തിനുള്ള അനുകൂലമായ അടിത്തറയാണ്. *The Illusions of the Post modernism* (1996) എന്ന കൃതിയിലൂടെ ചരിത്രവല്ക്കരണത്തിന്റെ ഉത്തരാധുനിക രീതികളെ ഈഗിൾട്ടൺ കടന്നാക്രമിക്കുന്നു. ആഫ്റ്റർ തിയറിയിലെ ഉത്തരാധുനികതയിലേക്കുള്ള പാത എന്ന അദ്ധ്യായത്തിൽ അദ്ദേഹത്തിന്റെ കൂടുതൽ നിരീക്ഷണങ്ങൾ വായിക്കാം. ഉത്തരാധുനികതയുടെ വ്യാമോഹങ്ങൾ വിവാദം സൃഷ്ടിച്ച കൃതിയാണ്. അതിരൂക്ഷമായ നർമ്മമാണ് ഈഗിൾട്ടൺ ഉപയോഗിക്കുന്നത്. ഉത്തരാധുനികതയുടെ ആഴമില്ലായ്മയെയാണ് അദ്ദേഹം എതിർക്കുന്നത്. ഇടതുപക്ഷത്തിന് അതിന്റെ രാഷ്ട്രീയ എതിരാളികളെ അഭിമുഖികരിക്കുന്നതിൽ എന്നത്തേക്കാളും ശക്തമായ ധാർമ്മികവും നരവംശ ശാസ്ത്രപരവുമായ അടിത്തറ ആവശ്യമാണ് എന്ന് അദ്ദേഹം ഓർമ്മിപ്പിക്കുന്നു. അതിനാവശ്യമായ രാഷ്ട്രീയ വിഭവങ്ങൾ കണ്ടെത്തണം. ഉത്തരാധുനികത പരിഹാരമല്ല, പ്രശ്നത്തിന്റെ അവസാനഭാഗമാണ്.

## സംസ്കാരസങ്കല്പം

ഉത്തരാധുനികതയെ സംബന്ധിച്ച സമകാലിക സംവാദങ്ങളെ ഉന്നം വെച്ചു കൊണ്ടും ഇംഗ്ലീഷ് വിമർശനാത്മക ചിന്തയുടെ നീണ്ട പാരമ്പര്യത്തെ കീറിമുറിച്ചുകൊണ്ടും ഈഗിൾട്ടൺ എഴുതിയ കൃതിയാണ് *The Idea of Culture* (2000). പത്തൊമ്പതാം നൂറ്റാണ്ടിന്റെ മദ്ധ്യത്തോടെയാണ് സംസ്കാരം എന്ന പദം നാഗരികതയെ വിശദീകരിക്കുന്ന ഒരു സ്വതന്ത്ര സംജ്ഞയായി ഉപയോഗിച്ചു തുടങ്ങുന്നത്. ഇരുപതാം നൂറ്റാണ്ടിന്റെ തുടക്കമായപ്പോഴേക്കും സംസ്കാരം ബൗദ്ധികവും പ്രത്യേകിച്ച്, കലാപരവുമായ പ്രവർത്തനങ്ങളെ വിവരിക്കുന്ന സ്വതന്ത്രവും അമൂർത്തവുമായ നാമമായിത്തീർന്നു. തുടർന്ന് സംഗീതം, സാഹിത്യം, ചിത്രകല, ശില്പകല, നാടകം, ചലച്ചിത്രം തുടങ്ങിയ അർത്ഥത്തിൽ കലാപരമായ പ്രവർത്തനങ്ങളെ ആ നാമത്തിൽ പരാമർശിച്ചു തുടങ്ങി. അത്തരമൊരു വിഘ

ടനത്തെ ചെറുക്കുകയായിരുന്നു വില്യംസിന്റെ പദ്ധതി. സംസ്കാരം സാധാരണമാണ് എന്ന ശീർഷകം തന്നെ ഒരു വെല്ലുവിളിയായിരുന്നു. ഒരു സോഷ്യലിസ്റ്റ്, സംസ്കാരത്തെ എങ്ങനെ നിർവ്വചിക്കണമെന്ന് ആഗ്രഹിക്കുന്നുവോ അങ്ങനെ വില്യംസ് സംസ്കാരത്തെ വിവരിച്ചു. സംസ്കാരത്തെ ഒരു വൈരുദ്ധ്യാത്മക പ്രക്രിയയായി മനസ്സിലാക്കണമെന്ന് അദ്ദേഹം ഉറപ്പിച്ചു പറഞ്ഞു. ചില കാര്യങ്ങളെ മാത്രം സംസ്കാരമെന്നു വിളിക്കുന്നതിനെയും സാധാരണ ജനങ്ങളെയും ജോലികളെയും സൃഷ്ടികളെയും ആ മണ്ഡലത്തിൽനിന്ന് ഒഴിവാക്കുന്നതിനെയും അദ്ദേഹം എതിർത്തു. സമൂഹത്തെ മുഴുവൻ ഉൾക്കൊള്ളുന്ന ഒരു സംസ്കാരസങ്കല്പത്തെ രൂപകല്പന ചെയ്യാൻ വില്യംസ് ആഗ്രഹിച്ചു. വില്യംസിന്റെ പ്രത്യക്ഷസ്വാധീനം ഈഗിൾട്ടണിലുണ്ടായിരുന്നു. വില്യംസിന്റെ ആശങ്കകൾ അദ്ദേഹത്തെയും ബാധിച്ചു. ഉത്തരാധുനികതയുടെ രാഷ്ട്രീയവുമായുള്ള സംവാദങ്ങളുടെ തുടർച്ചയാണ് The Idea of Culture. അതാരംഭിക്കുന്നതു തന്നെ സംസ്കാരം ഇംഗ്ലീഷ് ഭാഷയിലെ രണ്ടോ മൂന്നോ സങ്കീർണ്ണ പദങ്ങളിൽ ഒന്നാണ് എന്നു പറയപ്പെടുന്നു എന്നു സൂചിപ്പിച്ചുകൊണ്ടാണ്. വില്യംസ് കീവേർഡ്സിൽ ഇംഗ്ലീഷ് ഭാഷയിലെ ഏറ്റവും സങ്കീർണ്ണമായ രണ്ടോ മൂന്നോ പദങ്ങളിൽ ഒന്നാണു സംസ്കാരം എന്നു പറയുന്നുണ്ട്. സംസ്കാരത്തിന്റെ നിർവ്വചനങ്ങളിലെ മാറ്റം കണ്ടെത്തുന്നതിൽ കീവേർഡ്സ് ഈഗിൾട്ടണിനെ സഹായിക്കുന്നുണ്ട്. എലിയറ്റായാലും വില്യംസായാലും സംസ്കാരത്തെ ചില ഏകീകൃത അതിവ്യവഹാരമായി നിർദ്ദേശിച്ചുവെന്ന് ഈഗിൾട്ടൺ ആവർത്തിക്കുന്നു. ഒരു കാലത്ത് സമവായത്തിന്റെ മണ്ഡലമായി കണക്കാക്കപ്പെട്ടിരുന്ന സംഘർഷത്തിന്റെ യുദ്ധഭൂമിയായി രൂപാന്തരപ്പെട്ടുവെന്ന് അദ്ദേഹം വ്യക്തമാക്കുന്നു. ഒരു യഥാർത്ഥ സാംസ്കാരിക ബഹുസ്വരത സ്ഥാപിക്കുന്നതിനു ചുരുക്കത്തിൽ ഏകീകൃത സോഷ്യലിസ്റ്റ് പ്രവർത്തനം ആവശ്യമാണെന്ന് ഈഗിൾട്ടൺ പറയുന്നു. ഐറിഷ് എഴുത്ത് അദ്ദേഹത്തിന്റെ വിശാലമായ സംസ്കാര സിദ്ധാന്ത പദ്ധതിയുടെ ഏറ്റവും രസകരമായ അനുബന്ധമല്ല, മറിച്ച് അതിന്റെ ഏറ്റവും ചലനാത്മകമായ പൂർത്തീകരണങ്ങളിലൊന്നാണ്.

ഈഗിൾട്ടണിന്റെ താല്പര്യങ്ങളുടെ പരിധിയിൽ അയർലണ്ട് ഏറെക്കാലം ഒരു പ്രധാന സ്ഥലമായി ഇടം നേടിയിരുന്നു. ഐറിഷ് രാഷ്ട്രീയ സാംസ്കാരിക വിഷയങ്ങളിൽ പ്രത്യക്ഷശ്രദ്ധ കേന്ദ്രീകരിക്കുന്ന ചില കൃതികൾ അദ്ദേഹം എഴുതിയിട്ടുണ്ട്. അവ അക്കാദമിക് രൂപത്തിന്റെ പരമ്പരാഗത ചട്ടക്കൂടുകൾ മറികടക്കുന്നു. നോവലും നാടകവുമൊക്കെ അക്കൂട്ടത്തിലുണ്ട്. അദ്ദേഹത്തിന്റെ ഐറിഷ് സാഹസങ്ങൾ മാർക്സിസത്തിന്റെ യാഥാർത്ഥ്യങ്ങളെ പുന:സ്ഥാപിക്കുന്നതായി വായിക്കാനാകുമെന്ന് മാർട്ടിൻ മക്ക്വില്ലൻ ചൂണ്ടിക്കാണിച്ചിട്ടുണ്ട്.

# മാർക്സാണ് ശരി

ടെറി ഈഗിൾട്ടൺ ഏറ്റവും കൂടുതൽ ആവർത്തിക്കുന്നത് കാൾ മാർക്സിന്റെ ആശയങ്ങളാണ്. മാർക്സിസം വളരെ സങ്കീർണ്ണമായ ഒരു വിഷയമാണെന്നും അതിന്റെ ഒരു മേഖലയായ മാർക്സിസ്റ്റ് സാഹിത്യ വിമർശനവും അങ്ങനെതന്നെയെന്നും *മാർക്സിസവും സാഹിത്യ വിമർശനവും* എന്ന കൃതിയുടെ ആമുഖത്തിൽ അദ്ദേഹം സൂചിപ്പിക്കുന്നു. മാർക്സിസ്റ്റ് വിമർശനം സാഹിത്യത്തെ അത് നിർമ്മിക്കപ്പെടുന്ന ചരിത്രപരമായ സാഹചര്യങ്ങളെ അടിസ്ഥാനമാക്കി വിശകലനം ചെയ്യുന്നു. അതുപോലെ തന്നെ അത് അതിന്റെ ചരിത്രപരമായ അവസ്ഥയെക്കുറിച്ച് അറിഞ്ഞിരിക്കേണ്ടതുമുണ്ട്. അടിച്ചമർത്തലിൽ നിന്നുള്ള സ്വാതന്ത്ര്യത്തിനായി മനുഷ്യർ നടത്തിയ പോരാട്ടങ്ങളിൽ വേരൂന്നിയ സമൂഹത്തെക്കുറിച്ചുള്ള വിശാലമായ സൈദ്ധാന്തിക വിശകലനത്തിന്റെ ഭാഗമാണ് മാർക്സിസ്റ്റ് വിമർശനം. കാൾ മാർക്സും ഫ്രെഡറിക് എംഗൽസും സാഹിത്യകാരന്മാരെന്നതിനേക്കാൾ രാഷ്ട്രീയവും സാമ്പത്തികവുമായ കാര്യങ്ങളെക്കുറിച്ച് എഴുതിയവരെന്ന നിലയിലാണ് അറിയപ്പെടുന്നത്. എന്നാൽ, അവർ സാഹിത്യത്തെ നിസ്സാരമായി കരുതിയവരല്ല. മാർക്സ് ശ്വസിച്ച വായുവിന്റെ ഭാഗം തന്നെയായിരുന്നു കലയും സാഹിത്യവും. അദ്ദേഹം ഉപയോഗിക്കുന്ന സാമ്പത്തിക ചിന്തയുടെ ഏറ്റവും നിർണ്ണായകമായ ചില വിഭാഗങ്ങൾക്കു പിന്നിൽ സൗന്ദര്യാത്മക സങ്കല്പങ്ങളുടെ സമ്മർദ്ദം കണ്ടെത്താനാകും. പക്ഷേ, സമ്പൂർണ്ണ സൗന്ദര്യാത്മക സിദ്ധാന്തത്തിന്റെ രൂപീകരണത്തേക്കാൾ പ്രധാന ദൗത്യങ്ങൾ അവർക്കുണ്ടായിരുന്നു. മാർക്സിസ്റ്റ് വിമർശനം കേവലം സാഹിത്യത്തിന്റെ ഒരു സാമൂഹ്യശാസ്ത്രം മാത്രമല്ല. സാഹിത്യകൃതിയെ കൂടുതൽ വിശദമായി വിവരിക്കുകയാണ് അതിന്റെ ലക്ഷ്യം. ഇതിനർത്ഥം അതിന്റെ രൂപങ്ങൾ, ശൈലികൾ, അർ

ത്ഥങ്ങൾ എന്നിവയിലേക്കുള്ള സംവേദിയായ ഒരു ശ്രദ്ധയെന്നാണ്. അവ ഒരു സവിശേഷ ചരിത്രത്തിന്റെ ഉല്പന്നങ്ങളായി ഗ്രഹിക്കണം. ഉല്പാദനബന്ധങ്ങളുടെ ആകത്തുക സമൂഹത്തിന്റെ സാമ്പത്തികഘടനയാണ്. യഥാർത്ഥ അടിത്തറ. ഭൗതികജീവിതത്തിന്റെ ഉല്പാദന രീതി പൊതുവെ സാമൂഹികവും രാഷ്ട്രീയവും ബൗദ്ധികവുമായ ജീവിത പ്രക്രിയയെ ബാധിക്കുന്നു. സാമ്പത്തിക അടിത്തറയിൽനിന്ന് ഓരോ കാലഘട്ടത്തിലും ഒരു ഉപരിഘടന ഉയർന്നുവരുന്നു. അതിൽ നിർദ്ദിഷ്ട സാമൂഹ്യ ബോധം (രാഷ്ട്രീയം, മതം, ധാർമ്മികത, സൗന്ദര്യാത്മകത മുതലായവ) അടങ്ങിയിരിക്കുന്നു. അതാണ് മാർക്സിസം പ്രത്യയശാസ്ത്രമായി നിർണ്ണയിക്കുന്നത്. അൽത്തൂസറിനെയും പിയെ മാഷ്റെയും പിന്തുടർന്ന് മനുഷ്യർ യഥാർത്ഥലോകത്തെ കാണുന്ന രീതികളെ സാങ്കല്പികമായി ചിത്രീകരിക്കുന്നിടത്തോളം സാഹിത്യം പ്രത്യയശാസ്ത്രപരമാണെന്ന് ഈഗിൾട്ടൺ അഭിപ്രായപ്പെടുന്നു. കല, മാർക്സിസത്തിൽ, സമൂഹത്തിന്റെ ഉപരിഘടനയുടെ ഭാഗമാണ്. സാഹിത്യം മനസ്സിലാക്കുക എന്നതിന്റെ അർത്ഥം അതിന്റെ ഭാഗമായ മൊത്തം സാമൂഹിക പ്രക്രിയ മനസ്സിലാക്കുകയെന്നാണ്. മാർക്സിസ്റ്റ് വിമർശനത്തിന്റെ മൗലികത സാഹിത്യത്തോടുള്ള ചരിത്രപരമായ സമീപനത്തിലല്ല, മറിച്ച് ചരിത്രത്തെക്കുറിച്ചുള്ള വിപ്ലവകരമായ ധാരണയിലാണെന്ന് ഈഗിൾട്ടൺ വ്യക്തമാക്കുന്നു.

രൂപവും ഉള്ളടക്കവും തമ്മിലുള്ള ബന്ധത്തെക്കുറിച്ച് പര്യവേക്ഷണം ചെയ്യുന്ന രണ്ടാമത്തെ അദ്ധ്യായം ഏറ്റവും മികച്ചതെന്ന ഖ്യാതി നേടുകയുണ്ടായി. സാഹിത്യത്തിലെ യഥാർത്ഥ സാമൂഹികഘടകം രൂപമാണെന്ന് ലൂക്കാച്ച് തന്റെ ആദ്യകാല ലേഖനമായ The Evolution of Modern Drama (1909) യിൽ എഴുതി. ഇത്തരത്തിലുള്ള അഭിപ്രായമല്ല മാർക്സിസ്റ്റ് വിമർശനത്തിൽ നിന്നു പ്രതീക്ഷിക്കുന്നതെന്ന് ഈഗിൾട്ടൺ തുറന്നടിക്കുന്നു. സാഹിത്യ ഫോർമലിസത്തിന്റെ എല്ലാ തരത്തെയും മാർക്സിസ്റ്റ് വിമർശനം പരമ്പരാഗതമായി എതിർക്കുന്നു. രാഷ്ട്രീയ ഉള്ളടക്കത്തെ പിന്തുടരാനുള്ള ശ്രമത്തിൽ കലാരൂപങ്ങളെക്കുറിച്ചുള്ള ചോദ്യങ്ങളിൽ മാർക്സിസ്റ്റ് വിമർശനം ശ്രദ്ധ കൊടുത്തില്ല. സാഹിത്യം രൂപത്തിന്റെയും ഉള്ളടക്കത്തിന്റെയും ഐക്യം വെളിപ്പെടുത്തണമെന്ന് മാർക്സ് തന്നെ വിശ്വസിച്ചു. രൂപം ഉള്ളടക്കത്തിന്റെ ഉല്പന്നമാണ്. ഹെഗലിന്റെ സൗന്ദര്യാത്മകത ആദർശവാദമാണ്. അത് മൊത്തത്തിൽ മാർക്സ് സ്വീകരിച്ചുവെന്ന് കരുതുന്നത് തെറ്റാണ്. വിയോജിപ്പുകളുണ്ടെങ്കിലും രൂപം വ്യക്തിഗത കലാകാരന്റെ ഭാഗത്തു നിന്നുള്ള വെറും തമാശയല്ലെന്ന് ഇരുവരും ചിന്തിച്ചു. രൂപങ്ങൾ ചരിത്രപരമായി നിർണ്ണയിക്കുന്നത് അവ ഉള്ളടക്കമാണ്. ആ ഉള്ളടക്കം തന്നെ മാറുന്നതിനനുസരിച്ച് അവ മാറ്റുകയും രൂപാന്തരപ്പെടുകയും തകർക്കപ്പെടുകയും വിപ്ലവകരമാവുകയും ചെയ്യുന്നു. രൂപവും ഉള്ളടക്കവും പ്രായോഗികമായി അഭേദ്യമാണെങ്കിലും സൈദ്ധാന്തികമായി വ്യത്യസ്തമാണ്. മാർക്സിസ്റ്റ് വിമർശനം രൂപത്തെയും ഉള്ളടക്കത്തെയും വൈരുദ്ധ്യാത്മകമായി കാ

ണുന്നു. എന്നിട്ട് ഉള്ളടക്കത്തിന്റെ പ്രാഥമികത ഉറപ്പിക്കാൻ ആഗ്രഹിക്കുന്നു.

1976 ൽ ആണ് *മാർക്സിസവും സാഹിത്യവിമർശനവും* ആദ്യമായി പ്രസിദ്ധീകരിച്ചത്. അറുപതുകൾ മുതൽ എഴുപതുകളുടെ പകുതി വരെ നീണ്ടുനിന്ന വിപ്ലവകരമായ ആശയങ്ങളുടെ പുളകത്തിൽനിന്നാണ് ഈ കൃതി ഉടലെടുത്തതെന്ന് ഈഗിൾട്ടൺ പറയുന്നുണ്ട്. പ്രസിദ്ധീകരിച്ച് ഏതാനും വർഷങ്ങൾക്കുശേഷം സാംസ്കാരികാന്തരീക്ഷം ആകെ മാറുകയുണ്ടായി. *എന്തുകൊണ്ട് മാർക്സ് ശരിയായിരുന്നു?* (*Why Marx was right*) എന്ന കൃതിയിൽ ആ മാറ്റത്തെ അദ്ദേഹം രേഖപ്പെടുത്തിയിട്ടുണ്ട്. പരമ്പരാഗത വ്യവസായോല്പാദനം കൺസ്യൂമറിസം, കമ്യൂണിക്കേഷൻസ്, ഇൻഫർമേഷൻ ടെക്നോളജി, സേവന വ്യവസായം തുടങ്ങിയവയിലേക്കു മാറി. വിപണികൾ സ്വതന്ത്രമായി. തൊഴിലാളിവർഗ്ഗ പ്രസ്ഥാനം കടന്നാക്രമണത്തിനു വിധേയമായി. പരമ്പരാഗത വർഗ്ഗാഭിമുഖ്യങ്ങൾ ദുർബ്ബലമായി. പകരം പ്രാദേശിക – ലിംഗപര, വംശപര രാഷ്ട്രീയം വർദ്ധമാനമായി. എൺപതുകളുടെ ഒടുവിൽ സോവിയറ്റു ചേരിയുടെ പതനം കൂടി ആയപ്പോൾ മാർക്സിസത്തിന്റെ എതിരാളികൾക്ക് ഊർജ്ജം ലഭിച്ചു. ഫുക്കുയാമ ചരിത്രത്തിന്റെ അന്ത്യം പ്രഖ്യാപിക്കുകയും ബൃഹദാഖ്യാനങ്ങളെ നിരാകരിക്കുകയും ചെയ്തതോടുകൂടി ഉത്തരാധുനികതയുടെ സംസ്കാരം വരവായി. അതോടെ മാർക്സിസം അവസാനിച്ചു എന്ന് അവകാശപ്പെട്ടവരുടെ വിമർശനങ്ങൾക്ക് ഈഗിൾട്ടൺ മറുപടി നല്കുന്നതാണ് *എന്തുകൊണ്ട് മാർക്സ് ശരിയായിരുന്നു?* എന്ന ഗ്രന്ഥം. മാർക്സിന്റെ ആശയങ്ങൾ പരിപൂർണ്ണമാണെന്നല്ല മറിച്ച്, അവ പ്രഥമദൃഷ്ട്യാ ശരിയാണെന്ന് സ്ഥാപിക്കാനാണ് അദ്ദേഹം ശ്രമിക്കുന്നത്. മാർക്സിസത്തിനെതിരെ ഉന്നയിക്കപ്പെട്ട പത്ത് വിമർശനങ്ങൾ ഇവയാണ്.

1. മാർക്സിസത്തിനവസാനമായി. വ്യവസായോത്തര പടിഞ്ഞാറൻ സമൂഹത്തിൽ അതിന് പ്രസക്തിയില്ല. ലോകം കൂടുതൽ നല്ലതിലേക്കു മാറി എന്ന് അംഗീകരിക്കാൻ കഴിയാത്തവരുടെ ഒരു വിശ്വാസപ്രമാണമാണത്.
2. ഒരു സിദ്ധാന്തമെന്ന നിലയിൽ ശരിയായിരിക്കാമെങ്കിലും മാർക്സിസം നടപ്പാക്കാൻ ശ്രമിച്ചപ്പോഴെല്ലാം ഫലം ക്ഷാമം, ദുരിതം, മർദ്ദനം, സമ്പദ്ഘടനയുടെ തകർച്ച, മർദ്ദക ഭരണകൂടം എന്നിവയായിരുന്നു. സോഷ്യലിസത്തിന്റെ അർത്ഥം സ്വാതന്ത്ര്യരാഹിത്യമെന്നാണ്.
3. മാർക്സിസം നിർണ്ണയ വാദത്തിന്റെ ഒരു രൂപമാണ്. സ്ത്രീപുരുഷന്മാരെ അത് ചരിത്രത്തിന്റെ ഉപകരണമായി കാണുന്നു. മാർക്സിന്റെ ചരിത്രസിദ്ധാന്തം മനുഷ്യാന്തസ്സിനും സ്വാതന്ത്ര്യത്തിനും നിരക്കാത്തതാണ്.
4. മാർക്സിസം ഒരു ഉട്ടോപ്യൻ സ്വപ്നമാണ്. അസംബന്ധം നിറഞ്ഞ രാഷ്ട്രീയ അയഥാർത്ഥതയെയാണ് അത് പ്രതിഫലിപ്പിക്കുന്നത്.
5. മാർക്സിസം എല്ലാറ്റിനെയും സാമ്പത്തിക ശാസ്ത്രമായി ചുരു

ക്കുന്നു. എല്ലാം സമ്പദ്ഘടനയുടെയോ വർഗ്ഗസമരത്തിന്റെയോ പ്രതിഫലനമാണ്. സാമ്പത്തികത്തോടുള്ള അതിരുകടന്ന ഈ ആഭിമുഖ്യം ബഹുത്വമാർന്ന ആധുനിക സമൂഹത്തിന്റെ വീക്ഷണവുമായി പൊരുത്തപ്പെടുന്നില്ല.

6. മാർക്സ് ഒരു ഭൗതികവാദിയായിരുന്നു. ആത്മീയ വശങ്ങളിൽ അദ്ദേഹത്തിന് താല്പര്യമില്ലായിരുന്നു. അതിൽനിന്നാണ് സ്റ്റാലിന്റെയും മറ്റും അതിക്രങ്ങളിലേക്കൊരു പാത തുറക്കുന്നത്.
7. വർഗ്ഗാഭിമുഖ്യംപോലെ കാലഹരണപ്പെട്ട മറ്റൊന്നുമില്ല. തൊഴിലാളിവർഗ്ഗം അപ്രത്യക്ഷമായിക്കൊണ്ടിരിക്കുകയാണ്. ചലനാത്മകമായ ഒരു സാമൂഹ്യക്രമത്തിനകത്ത് വർഗ്ഗ സംരക്ഷണത്തെക്കുറിച്ച് സംസാരിക്കുന്നത് അപ്രസക്തമാണ്.
8. ഹിംസാത്മക രാഷ്ട്രീയ പ്രവർത്തനത്തിന്റെ വക്താക്കളാണ് മാർക്സിസ്റ്റുകൾ. അവർ രക്തരൂഷിത വിപ്ലവത്തെ തെരഞ്ഞെടുക്കുന്നു വിവേകപൂർണ്ണമായ പരിഷ്കാരങ്ങളെ എതിർക്കുന്നു.
9. മാർക്സിസം ശക്തമായ ഭരണകൂടത്തിൽ വിശ്വസിക്കുന്നു. അത് സ്വകാര്യസ്വത്ത് ഇല്ലാതാക്കുകയും വ്യക്തിസ്വാതന്ത്ര്യങ്ങൾക്ക് നിയന്ത്രണം കൊണ്ടുവരുകയും ചെയ്യും. ഏകാധിപതികൾ രൂപപ്പെടാം.
10. പുതിയ റാഡിക്കൽ പ്രസ്ഥാനങ്ങൾ മാർക്സിസത്തിനു പുറത്താണ് മുളച്ചുപൊന്തിയത്. ഇപ്പോഴുള്ള രാഷ്ട്രീയ ഇടതുപക്ഷം വർഗ്ഗോത്തര വ്യവസായോത്തര ലോകത്തിനു പറ്റിയ ഒന്നാണ്.

ഓരോ വിമർശനത്തിനും ഈഗിൾട്ടൺ യുക്ത്യധിഷ്ഠിതമായി മറുപടി പറയുന്നു. ഒടുവിൽ മാർക്സിന്റെ സമകാലിക പ്രസക്തി എന്തെന്നു പറഞ്ഞ് അവസാനിപ്പിക്കുന്നു. മാർക്സിസം മുതലാളിത്തത്തിന്റെ ഏറ്റവും കർക്കശവും സമഗ്രവുമായ വിമർശനമാണ്. തൊഴിലാളിവർഗ്ഗം എണ്ണത്തിൽ വർദ്ധിച്ച ഒരു കാലഘട്ടത്തിൽ മാർക്സിസം അവസാനിച്ചു എന്ന അവകാശവാദത്തിന് പ്രസക്തിയില്ല. മുതലാളിത്തം എന്തെല്ലാം ഭൗതികമായ പദ്ധതികൾ കൊണ്ടുവന്നാലും എത്രമാത്രം ആധുനികമായാലും ഇരപിടിയൻ ഇരപിടിയനല്ലാതാവില്ലല്ലോ. മാർക്സിസമല്ല മുതലാളിത്തമാണ് കാലഹരണപ്പെട്ടത്. സ്റ്റാലിനിസവും മാവോയിസവും രക്തരൂഷിത പരീക്ഷണമായിരുന്നു. ഭൗതിക വിഭവസാമഗ്രികളില്ലെങ്കിൽ സോഷ്യലിസം സ്റ്റാലിനിസം പോലെ വികൃതാനുകരണമായിപ്പോകും. സാമൂഹ്യജീവിതത്തിൽ സാമ്പത്തികം വഹിക്കുന്ന ധർമ്മവും ചരിത്രത്തിലുടനീളം ഉല്പാദന രീതികളുടെ പിന്തുടർച്ചയെക്കുറിച്ചുള്ള ആശയവുമാണ് മാർക്സിന്റെ രണ്ടു പ്രധാന പ്രമാണങ്ങൾ. മനുഷ്യചരിത്രത്തെ സംബന്ധിച്ച് ഏറ്റവും അടിസ്ഥാനപരമായത് വർഗ്ഗസമരമാണ്. ചരിത്രത്തിനാകൃതി പകരുന്നതും വർഗ്ഗസമരമാണ്. വർഗ്ഗങ്ങളെ സാമ്പത്തിക ഘടകങ്ങളിലേക്ക് ചുരുക്കാവുന്നതല്ല. സാമ്പത്തികവർഗ്ഗങ്ങളല്ല സാമൂഹ്യ വർഗ്ഗങ്ങളാണ് പ്രധാനം. വർഗ്ഗങ്ങൾ അവരെക്കുറിച്ച് ബോധവാന്മാരാകുമ്പോൾ മാത്രമാണ് അവർ വർഗ്ഗങ്ങളാകുന്നത്. സ്വയം സാക്ഷാൽക്കരിക്കുന്നതായ ഏത് പ്രവൃ

ത്തിയും ഉല്പാദനമാണ്. സ്വാതന്ത്ര്യവും സ്വയം സാക്ഷാൽക്കരിക്കുന്നതുമായ അദ്ധ്വാനമെന്ന അർത്ഥത്തിൽ പ്രാക്സിസ് എന്ന ഗ്രീക്ക് പ്രാചീന പദം അദ്ദേഹം ഉപയോഗിക്കുന്നു. മർദ്ദനപരമായ അദ്ധ്വാനത്തിന്റെ അവസാനമായിരുന്നു മാർക്സിന്റെ ലക്ഷ്യം. മെച്ചപ്പെട്ട ഒരു ഭാവി അദ്ദേഹം വിഭാവനം ചെയ്തു. തുല്യത കൊണ്ട് അദ്ദേഹം അർത്ഥമാക്കിയത് എല്ലാവരെയും ഒരേപോലെ കൈകാര്യം ചെയ്യുക എന്നല്ല. മറിച്ച് ഓരോരുത്തരുടെയും വ്യത്യസ്ത ആവശ്യങ്ങളെ തുല്യനിലയിൽ പരിഗണിക്കുക എന്നാണ്. ഭൗതികവാദം മനുഷ്യൻ യഥാർത്ഥത്തിൽ എന്താണോ അതിൽ നിന്നു തുടങ്ങണം. അല്ലാതെ നമുക്കെന്താകണമെന്ന നമ്മുടെ അഭിലാഷത്തിൽ നിന്നല്ല. രാഷ്ട്രീയം കൂടി ഉൾപ്പെട്ട ധാർമ്മികതയിലാണ് മാർക്സ് വിശ്വസിച്ചത്. അദ്ദേഹത്തെപ്പോലെ അത്രമാത്രം അനീതിക്കെതിരായി ചിന്തിച്ച മറ്റൊരാളെയും ചൂണ്ടിക്കാണിക്കാനില്ല. പുതിയ സാമൂഹ്യ പ്രസ്ഥാനങ്ങളെല്ലാം ഒട്ടും തന്നെ പുതിയതല്ല. അവയൊക്കെയും മാർക്സിസത്തിൽ നിന്നു ദീപശിഖയേന്തുന്നുവെന്നു പറയുന്നത് മാർക്സിസവും അവയും തമ്മിൽ ദീർഘകാലമായുണ്ടായിരുന്ന സഖ്യത്തെ കാണാതിരിക്കലാണ്. മാർക്സ് ജ്ഞാനോദയത്തിന്റെ ഒരു വിമർശകനായിരുന്നു. അദ്ദേഹം ഒരു ഭൗതികവാദിയായിരുന്നു. പ്രകൃതിയെക്കുറിച്ചും മനുഷ്യരെക്കുറിച്ചുമുള്ള അദ്ദേഹത്തിന്റെ കാഴ്ചപ്പാടുകൾ കാലത്തിനു മുമ്പേയുള്ളതായിരുന്നു. സ്ത്രീവിമോചനം മുതൽ ഫാസിസ്റ്റു വിരുദ്ധ സമരം വരെയുള്ള മാനവ പോരാട്ടത്തിന്റെ എല്ലാ പ്രസ്ഥാനങ്ങൾക്കും നേതൃത്വം നല്കുവാൻ അദ്ദേഹം ജന്മം നല്കിയ രാഷ്ട്രീയ പ്രസ്ഥാനത്തേക്കാൾ മികച്ച ഒന്നും ലോകത്തിലില്ല.

# മധുരഹിംസ

**പാ**ശ്ചാത്യകലയുടെയും തത്ത്വചിന്തയുടെയും ലോകത്തിലൂടെ ഈഗിൾട്ടണിന്റെ മഹത്തായ പര്യടനമാണ് *മധുര ഹിംസ*. അരിസ്റ്റോട്ടിലിനെയും ഈസ്കിലസിനെയും പോലെ ലളിതമായും സിസെക്കിനെയും ലക്കാനെയുംപോലെ സമഗ്രമായും പറയുന്നു. ദുരന്തത്തെക്കുറിച്ചുള്ള ആശയത്തെയും ആ ജനുസി (genre) നെ ചുറ്റിപ്പറ്റിയുള്ള സംവാദങ്ങളെയും അന്വേഷിക്കുവാനുള്ള (interrogate) ഒരു ശ്രമമാണ് ഈ കൃതി. അനായാസം ഗ്രഹിക്കാവുന്ന ഒരു കൃതിയല്ലിത്. ഈഗിൾട്ടണിന്റെ ഏറ്റവും അവ്യക്ത രചനയാണിത്. എന്നാൽ ഏറെ ആകർഷണീയവുമാണത്. ട്രാജഡിയുടെ മേഖലയിലെ നിരവധി പ്രശ്നങ്ങളെക്കുറിച്ച് അദ്ദേഹം അന്വേഷിക്കുന്നു. റെയ്മണ്ട് വില്യംസ് *modern tragedy* യിൽ ആദ്യം വിവരിച്ച ഒരു പ്രശ്നത്തിന്റെ പിന്നാലെയുള്ള പാച്ചിലാണീ കൃതി. ഈഗിൾട്ടണിന്റെ വിവരണങ്ങൾ പല സ്ഥലങ്ങളിലും വില്യംസിനോട് കടപ്പെട്ടിരിക്കുന്നു. വില്യംസിന്റെ കൃതി അടിസ്ഥാനപരമായ സൈദ്ധാന്തികാടിത്തറയും രാഷ്ട്രീയ ഇടപെടലിന്റെ സാദ്ധ്യതകളും നല്കും. ഇരുപതാം നൂറ്റാണ്ടിന്റെ മദ്ധ്യത്തിലെ ഭൗതിക ലോകത്തും ദൈനംദിന ജീവിതത്തിലും ആധികാരിക ദുരന്തത്തിന്റെ സാന്നിദ്ധ്യത്തെക്കുറിച്ച് ഒരു ഊന്നൽ നല്കാനാണ് വില്യംസ് ലക്ഷ്യമിട്ടത്. പ്രമുഖ നിരൂപകനായ ജോർജ്ജ് സ്റ്റെയിനറെയും അദ്ദേഹത്തിന്റെ കൃതിയായ *The Death of Tragedy* (1961) യെയും പ്രത്യാഖ്യാനം ചെയ്തു. ഈ കൃതിയിൽ സ്റ്റെയിനർ ദുരന്തത്തെക്കുറിച്ചുള്ള രണ്ട് ധാരണകൾ തമ്മിലുള്ള വ്യത്യാസം വ്യക്തമാക്കാൻ ശ്രമിച്ചു. പ്രധാനമായും നാടകത്തിൽ ഉൾക്കൊള്ളുന്ന/മൂർത്തീകരിക്കുന്ന/ഉൾച്ചേർന്ന 'ദുരന്ത'ത്തിന്റെ ഉയർന്ന രൂപവും ജീവിതത്തിലെ 'ദുരന്ത'ത്തിന്റെ സാമാന്യരൂപവും, ഇത് ദൈനംദിന വ്യവഹാരത്തിൽ ഉപയോഗിക്കുന്ന

തുപോലെ ഈ വ്യത്യാസം കണ്ടെത്തി വ്യക്തമാക്കിയശേഷം ഒടുവിൽ പറഞ്ഞതിനെ അവഗണിച്ച് ആദ്യം സൂചിപ്പിച്ചതിനെ ഗ്രഹിക്കുന്നതിന് മുന്നോട്ടുപോകുന്നു. പുരാതനകാലം മുതൽ ഷേക്സ്പിയറുടെയും റസീനിന്റെയും കാലംവരെ വലിയ ദുരന്തം എഴുതാനുള്ള സാദ്ധ്യത പ്രതിഭയുടെ പരിധികളിൽ കാണപ്പെട്ടുവെന്ന് സ്റ്റെയിനർ വാദിച്ചിരുന്നു. ദൈനംദിന ഭാഷയിൽ ദുരന്തം എന്ന പദത്തിന് വളരെ സങ്കടകരമെന്നേ അർത്ഥമുള്ളു. തിരക്കേറിയ ഒരു പാതയിലെ നാല്ക്കവലയിൽ വാഹനാപകടത്തിൽ ഒരു യുവതിക്ക് ദാരുണമായ മരണം സംഭവിക്കുന്നു. അതൊരു ദുരന്തമാണ്. പുരാതന ഗ്രീക്കുകാർ, നാടകത്തിൽ ഒരു രാജാവിനെ വധിക്കുന്നതിനെയും സമാനമായ വിശേഷണത്തോടെയാണ് വിശേഷിപ്പിക്കുന്നത് – ദുരന്തം. ആദ്യത്തേത് വാസ്തവത്തിൽ സങ്കടകരമാണ്. എന്നാൽ, കലയുടെ മേഖലയിലേക്ക് വരുമ്പോൾ ദുരന്തത്തിന് അതിനേക്കാൾ അർത്ഥം കൈവരുന്നു. വിധി, ദുരന്തം, ഭാഗ്യത്തിന്റെ വിപരീതമായ ഫലങ്ങൾ, പിഴവുകൾ, മലിനീകരണവും ശുദ്ധീകരണവും, നിന്ദ്യമായ അന്ത്യങ്ങൾ, അതിക്രമങ്ങൾ, ശിക്ഷയും പരിവർത്തനങ്ങളും ഇതെല്ലാം അനുഭവിക്കുന്ന ഒരു കഷ്ടപ്പാടിനെ ദുരന്തമെന്നു വിളിക്കാം. ദുരന്തം വിഷമകരമായിരിക്കാം. പക്ഷേ, അതിനെക്കുറിച്ച് ഭയപ്പെടുത്തുന്ന എന്തെങ്കിലും ഉണ്ടായിരിക്കണം. ഞെട്ടിക്കുകയും ആശ്ചര്യപ്പെടുത്തുകയും ചെയ്യണം. ഹൃദയാഘാതകാരിയാകണം, ദുഃഖകരമായിരിക്കണം. ദുഃഖകരമായതും ദാരുണമായതും തമ്മിൽ വ്യത്യാസമുണ്ട്. ദുരന്തമെന്നത് തീർച്ചയായും ഒരു സാങ്കേതിക സംജ്ഞയാണ്. അതേസമയം സങ്കടകരമങ്ങനെയല്ല. ഒരു വൃദ്ധന്റെ മരണം അത് അങ്ങേയറ്റം സമാധാനപരമാണെങ്കിൽ അതിൽ സങ്കടപ്പെടാം എന്നാൽ അതിനെ ദാരുണമെന്ന് വിളിക്കേണ്ട കാര്യമില്ല. ദുഃഖമെന്ന പദം ദുരന്തമെന്ന പദം പോലെ അത്ര ശക്തമല്ല. ദുരന്തം ശക്തമായ ഒരു വാക്കാണ്. ദുരന്തവുമായി താരതമ്യപ്പെടുത്തുമ്പോൾ ദുഃഖം ലജ്ജാകരമാംവിധം ദുർബ്ബലമാണ്. അതുകൊണ്ട് ദാരുണവും വളരെ സങ്കടകരവും തീർച്ചയായും വ്യത്യസ്ത സങ്കല്പങ്ങളാണ്. വൃദ്ധന്റെ മരണം അയാളുടെ ഇണയെ സംബന്ധിച്ചിടത്തോളം വളരെ വളരെ സങ്കടകരമാണ്. ദുരന്തത്തെ പോൾ അലൻ നിർവ്വചിക്കുന്നത് അസ്സന്തുഷ്ടമായ അന്ത്യമുള്ള ഒരു കഥ എന്നാണ്. കേവലം സങ്കടപ്പെടുന്നതിനേക്കാൾ അവിസ്മരണീയവും അഭിവൃദ്ധി വരുത്തുന്നതുമാണത്. എല്ലാ ദുരന്തങ്ങളും വാസ്തവത്തിൽ അസന്തുഷ്ടമായി അവസാനിക്കുന്നില്ല.

ദുരന്തത്തിന്റെ ഒരു നിർവ്വചനവും വളരെ സങ്കടകരമാണ് എന്നതിനേക്കാൾ വിശദമായി പ്രവർത്തിച്ചിട്ടില്ലായെന്നതാണ് സത്യം. എന്നാൽ ദുരന്തങ്ങൾ എന്നു വിളിക്കുന്ന പ്രവൃത്തികൾക്കോ സംഭവങ്ങൾക്കോ കാര്യമായ ഒന്നും തന്നെയില്ലെന്ന നിഗമനം തെറ്റായിരിക്കും. പോൾ റോച്ചർ ഗ്രീക്ക് പ്രതിഭാസത്തിലെ ദുരന്തത്തിന്റെ സത്താഗ്രഹിക്കുന്നതിലൂടെയാണ് മറ്റെല്ലാ ദുരന്തങ്ങളും ഗ്രീക്ക് ദുരന്തത്തിന് സമാനമെന്ന് മനസ്സിലാക്കാൻ കഴിയുക എന്നും വിശ്വസിക്കുന്നു. ദുരന്തമെന്നത് ഒരു ശാശ്വ

തമായ വസ്തുതയല്ല, മറിച്ച് അനുഭവങ്ങളുടെയും സമ്പ്രദായങ്ങളുടെയും സ്ഥാപനങ്ങളുടെയും ഒരു പരമ്പരയാണ് എന്ന് റെയ്മണ്ട് വില്യംസ് അഭിപ്രായപ്പെടുന്നു. ദുരന്തത്തെക്കുറിച്ച് കൃത്യമായൊരു നിർവ്വചനം നല്കാനാവില്ല. പോയിറ്റിക്സിലെ ദുരന്തത്തെക്കുറിച്ചുള്ള അരിസ്റ്റോട്ടിലിന്റെ നിർവ്വചനം വാസ്തവത്തിൽ നാശം, മരണം അല്ലെങ്കിൽ വിപത്ത് എന്നിവയെ പരാമർശിക്കുന്നില്ല. ദൗർഭാഗ്യംപോലുള്ള വാക്കുകൾ ഉപയോഗിക്കാൻ തുടങ്ങുന്നതിനുമുമ്പ് പോയറ്റിക്സ് അതിന്റെ വാദത്തിലേക്ക് കടന്നുവരുന്നു. സ്വീകരണസിദ്ധാന്തത്തിന്റെ ഒരു സുപ്രധാന ഉദാഹരണമെന്നനിലയിൽ, ഈ കൃതി അതിന്റെ ഫലങ്ങളിലൂടെയല്ലാതെ ദുരന്തത്തെ നിർവ്വചിക്കുന്നു. അവയിൽനിന്ന് ഘടനാപരമായി ഏറ്റവും മികച്ച നേട്ടങ്ങൾ കൈവരിക്കാൻ കഴിയുന്നതിലേക്ക് പ്രവർത്തിക്കുന്നു. ദുരിതത്തിൽനിന്ന് അഭിവൃദ്ധിയിലേക്ക് കടന്നുപോകുന്ന ഒരു ദുഷ്ടന് ദാരുണമായിരിക്കാൻ കഴിയില്ല. കാരണം, ഈ പ്രക്രിയയ്ക്ക് സഹതാപമോ ഭയമോ പ്രചോദിപ്പിക്കാൻ കഴിയില്ല. സഹതാപവും ഭയവും ഉളവാക്കാൻ രൂപകല്പന ചെയ്തിട്ടുള്ള കൃതിയെ ഒരാൾ എന്താണ് വിളിക്കുന്നത് എന്ന ചോദ്യം ഉദിക്കുന്നു. ദുരന്തത്തിന് ഒരു വലിയ ഭൗർഭാഗ്യത്തിന്റെ അവതരണം അനിവാര്യമാണ് എന്ന് ഷോപ്പൻഹോവർ അവകാശപ്പെടുന്നു. വളരെക്കാലമായി ദുരന്തമെന്നാൽ ശക്തരുടെ ദൗർഭാഗ്യങ്ങളെ സമന്വയിപ്പിക്കുന്ന ഉന്നത ഗൗരവമുള്ള നാടകമല്ലാതെ മറ്റൊന്നുമല്ല. വിധി, ശുദ്ധീകരണം, ധാർമ്മിക ന്യൂനതകൾ, തടസ്സങ്ങൾ എന്നിവയ്ക്ക് ഇത് അനിവാര്യമാണെന്ന് സൂചിപ്പിക്കുന്നില്ല. എഫ് എൽ ലൂക്കാച്ചിന്റെ കാഴ്ചപ്പാടിൽ ദുരന്തം എന്നാൽ പൂർവ്വികന്മാർക്ക് ഗംഭീരമായ നാടകം, മദ്ധ്യവയസ്കർക്ക് അസ്സന്തുഷ്ടമായ അന്ത്യമുള്ള കഥ, ആധുനികർക്ക് അസ്സന്തുഷ്ടമായ അന്ത്യമുള്ള ഒരു നാടകം അല്ലാതെ മറ്റൊന്നുമില്ല. ദുരന്തത്തെ ഏറ്റവും ഉന്നതമായ, അപൂർവ്വമായ ഒന്നായി കണക്കാക്കുന്ന ഐ എ റിച്ചാർഡ്സ് മിക്ക ദുരന്തങ്ങളും, ഷേക്സ്പിയറിനു പുറമെ എലിസബത്തൻ ദുരന്തവും, കപടദുരന്തമാണെന്ന് വിശ്വസിക്കുന്നു. ഇന്നത്തെ ആളുകൾക്ക് ദുരന്തം എന്നത് ഒരു യഥാർത്ഥ സംഭവമാണ്. ഒരു കലാസൃഷ്ടിയല്ല. എന്നാൽ, യഥാർത്ഥ ജീവിതത്തിലെ ദുരന്തം യഥാർത്ഥ കലാപരമായ കാര്യങ്ങളിൽനിന്നുള്ള ഒരു രൂപകമാണ്. ആധുനികയുഗത്തിന്റെ ആരംഭത്തോടെ ദുരന്തം എന്ന ആശയം അതിന്റെ വിനീതമായ അവതാരങ്ങളെ മറികടക്കാൻ തുടങ്ങി. അതൊരു പൂർണ്ണ തത്ത്വചിന്തയായി മാറുന്നു. റെയ്മണ്ട് വില്യംസ് പറയുന്നതുപോലെ ദുരന്തം പലപ്പോഴും ഒരുകാലഘട്ടത്തിലെ അടിസ്ഥാന വിശ്വാസങ്ങളെയും സംഘർഷങ്ങളെയും ആകർഷിക്കുന്നു. ദുരന്ത സിദ്ധാന്തം ഈ അർത്ഥത്തിൽ രസകരമാണ്; ഒരു പ്രത്യേക സംസ്കാരത്തിന്റെ ആകൃതിയും രൂപവും വർഗ്ഗവും അത് ആഴത്തിൽ തിരിച്ചറിഞ്ഞിട്ടുണ്ട്. ദുരന്തത്തിന്റെ പരമ്പരാഗതസങ്കല്പം ഒരുപറ്റം വ്യതിരിക്തതകളെ വേർതിരിക്കുന്നു. വിധിയും അവസരവും തമ്മിൽ, സ്വതന്ത്ര ഇച്ഛയും ദൈവകല്പിതവും തമ്മിൽ, ആന്തരിക വേലിയേറ്റവും ബാഹ്യ

സാഹചര്യവും തമ്മിൽ, കുലീനരും കുലഹീനരും തമ്മിൽ, അന്ധതയും ഉൾക്കാഴ്ചയും തമ്മിൽ, ചരിത്രപരമായതും സാർവ്വത്രികമായതും തമ്മിൽ, മാറ്റാവുന്നതും അനിവാര്യമായതും, സത്യത്തിൽ ദാരുണമായതും കേവലം ദയനീയമായതും തമ്മിൽ, വീരോചിതമായ ധിക്കാരവും നിന്ദ്യമായ നിഷ്ക്രിയത്വവും തമ്മിൽ വേർതിരിക്കുന്നു. ചില യാഥാസ്ഥിതിക നിരൂപകന്മാർ ദുരന്തം ഇനി സാദ്ധ്യമല്ലെന്ന തീരുമാനത്തിലെത്തുന്നു. ചില തീവ്രവാദികൾ അത് മേലിൽ അഭികാമ്യമല്ലെന്ന നിഗമനത്തിലെത്തുന്നു. ഇരുകൂട്ടരും ദുരന്തം ഈ രണ്ടു അവസ്ഥകളെയും ബാധിക്കുമെന്ന് സമ്മതിക്കുന്നു.

വില്യംസിനെ സംബന്ധിച്ചിടത്തോളം ട്രാജഡി 17-ാം നൂറ്റാണ്ടുവരെയുണ്ടായിരുന്ന, ലോകത്തിൽനിന്നും നഷ്ടമാകുന്ന ചില രഹസ്യാനുഭവങ്ങളല്ല. അതുപോലെ രാജാക്കന്മാരുടെ മരണവുമല്ല. അതിനേക്കാളുമുപരി സാധാരണ ജീവിതത്തിന്റെ സംവിധാന ഭാഗമാണ്. ദുരന്തത്തെക്കുറിച്ച് പരമ്പരാഗതമായി മനസ്സിലാക്കുന്നതിന്റെ ശക്തമായൊരു പ്രത്യയശാസ്ത്ര പ്രത്യാഘാതമാണ് ദുരന്തത്തെക്കുറിച്ചുള്ള ധാരണയെ വ്യക്തിപരമായ വിശ്വാസത്തിന്റെ പ്രതിസന്ധിയിലേക്കു ചുരുക്കുന്നതെന്നു വില്യംസ് വാദിച്ചു. അതിന്റെ ഫലമായി ആധുനിക ദുരന്തത്തെക്കുറിച്ച് ആഴത്തിലുള്ള സാമൂഹിക പ്രതിസന്ധിയെക്കുറിച്ച് പരാമർശമില്ലാതെ ചർച്ച ചെയ്തുവരുന്നു. ഇവിടെയാണ് വില്യംസ് ദുരന്തത്തിന്റെ സിദ്ധാന്തത്തെ മാർക്സിസവുമായി ബന്ധപ്പെടുത്തുന്ന പാരമ്പര്യത്തെ വിണ്ടെടുക്കാൻ ശ്രമിച്ചത്. ചരിത്രപരമായ പ്രതിഭാസങ്ങളെ വിശദീകരിക്കുന്നതിനുള്ള ഒരു വിവരണാത്മക സംജ്ഞയായി ദുരന്തത്തെ ഉപയോഗിക്കാമെന്ന് ലളിതമായി നിർദ്ദേശിക്കുകയല്ല വില്യംസ്. മറിച്ച് ദുരന്ത പരിപ്രേക്ഷ്യത്തിൽ വിപ്ലവത്തെ മനസ്സിലാക്കുന്നത് യഥാർത്ഥ രാഷ്ട്രീയ ഉൾക്കാഴ്ചയുടെ തീർപ്പിനെ അംഗീകരിക്കുകയാണ്. രാഷ്ട്രീയ വിപ്ലവത്തെക്കുറിച്ചുള്ള ചിന്തയിൽ ഒരു അഴിയാക്കുരുക്ക് എന്നു കരുതുന്നതിനുമപ്പുറത്തേക്ക് നീങ്ങാൻ വില്യംസ് ശ്രമിച്ചു. സാമൂഹ്യബന്ധങ്ങളിൽ വിപ്ലവകരമായ മാറ്റത്തിന്റെ അനിവാര്യതയെക്കുറിച്ചുള്ള അദ്ദേഹത്തിന്റെ വിശ്വാസത്തിൽ അത് വ്യക്തമാണ്. വിപ്ലവം അനിവാര്യമായ ഒരു സമൂഹം അതിലെ എല്ലാ ജനങ്ങളെയും മനുഷ്യരെന്ന നിലയിൽ മൊത്തത്തിൽ സംയോജിപ്പിക്കുന്ന ഒരു സമൂഹമാണ്; പ്രായോഗികമായി അതിന്റെ ബന്ധസമീകരണത്തിന്റെ അടിസ്ഥാന രൂപത്തിൽ മാറ്റം വരുത്താതെ അത് അസാദ്ധ്യമാണ്. അത് വർഗ്ഗങ്ങളുടെ അവസാനത്തോടെ മാത്രമേ യഥാർത്ഥത്തിൽ നേടാൻ കഴിയൂ. രാഷ്ട്രീയ വിപ്ലവത്തിന്റെ പ്രവർത്തനം മനസ്സിലാക്കുന്നതിനുള്ള ഉപാധിയായി ദുരന്തമെന്ന ആശയം ഉപയോഗിച്ചുകൊണ്ട് വില്യംസ് ഈ പ്രശ്നം ചർച്ച ചെയ്യുന്നു. ദാരുണക്രിയ അതിന്റെ ആഴമേറിയ അർത്ഥത്തിൽ ക്രമഭംഗത്തിന്റെ സ്ഥിരീകരണമല്ല മറിച്ച്, അതിന്റെ അനുഭവം അതിന്റെ ധാരണയും നിർണ്ണയവുമാണ്. നമ്മുടെ കാലഘട്ടത്തിൽ സാമാന്യമായി ഈ ക്രിയയെ അതിന്റെ സാധാരണ പൊതുനാമത്തിൽ വിപ്ലവം

എന്നുപറയുന്നു (വില്യംസ്). വിപ്ലവത്തെ അനിവാര്യമാക്കുന്ന യഥാർത്ഥ ക്രമഭംഗത്തിലും ക്രമഭംഗത്തിനെതിരെയുള്ള പോരാട്ടത്തിലും തിന്മയും കഷ്ടപ്പാടും നമ്മൾ കാണണം. ആ കഷ്ടപ്പാടുകളെ നമ്മൾ തിരിച്ചറിയണം. ഇതായിരുന്നു വില്യംസിന്റെ വാദം. തിന്മയ്ക്കെതിരെ പോരാടിയ മനുഷ്യർ പുറത്തുവിടുന്ന ഊർജ്ജത്തിൽ ആത്മാവ് ഉണ്ട്. അത് പ്രകാശിക്കണം. ഘടനയിലും കാമ്പിലും അടിസ്ഥാനപരമായി വ്യത്യസ്തമായ കൃതികളാണെങ്കിലും *മോഡേൺ ട്രാജഡി*യിലെ വില്യംസിന്റെ പദവി *മധുരഹിംസ*യിലെ ഈഗിൾട്ടണിനെ സ്വാധീനിക്കുന്നുണ്ട്. അതിന്റെ ആ സ്വാധീനം വ്യാപകവുമാണ്. രണ്ടു പഠനങ്ങളും ഒരേ പ്രശ്നത്തെ ചുറ്റിപ്പറ്റിയാണ്. വില്യംസിനെ പിന്തുടർന്ന് ഈഗിൾട്ടൺ കലാപരവും യഥാർത്ഥവുമായ ദുരന്തരൂപങ്ങൾ തമ്മിലുള്ള വ്യത്യാസത്തെ എതിർക്കുന്നു. കൂടാതെ സാഹിത്യ സമ്പ്രദായങ്ങളുടെ സങ്കുചിത സങ്കല്പമനുസരിച്ച് ദുരന്തത്തെ നിർവ്വചിക്കാനും പരിമിതപ്പെടുത്താനുമുള്ള ധാരണാപത്രത്തിന്റെ പിന്നിലെ രാഷ്ട്രീയത്തെയും എതിർക്കുന്നു. ആശയപരമായ പ്രഹരങ്ങളിലേക്ക് താനെങ്ങനെയാണ് ഒരു വിദ്യാർത്ഥിയെന്ന നിലയിൽ എത്തിച്ചേർന്നതെന്നു വിവരിക്കവേ ഈഗിൾട്ടൺ കാവല്ക്കാരനിൽ അദ്ദേഹത്തിന്റെ ട്യൂട്ടറായ ഡോ. ഗ്രീൻ വേയെ ഓർമ്മിക്കുന്നു. ഉന്നതമായ മാനുഷികമൂല്യങ്ങളുള്ള അദ്ദേഹം അതേക്കുറിച്ച് ഇനിയും കൂടുതൽ ചിന്തിക്കേണ്ടതുണ്ടെന്ന് ഈഗിൾട്ടൺ കരുതി. സ്റ്റെയിനറാൽ നയിക്കപ്പെട്ട ട്രാജഡിയുടെ മരണം, ദുരന്തത്തിന്റെ മരണം, കളരി എന്നു വിശാലമായി വിശേഷിപ്പിക്കാവുന്നതിന്റെ ഒരു വ്യക്തിത്വമായി ഈഗിൾട്ടൺ പ്രവർത്തിക്കുന്നതായി കരുതാം. കൂടാതെ ഈഗിൾട്ടണിന്റെ കേംബ്രിഡ്ജ് ട്രാജഡി ദിനങ്ങളിൽ നിന്ന് ഉടലെടുത്ത ഒരു വാദത്തിന്റെ തുടർച്ചയെയും അത് സൂചിപ്പിക്കുന്നു. ഈ കാഴ്ചപ്പാടാണ് ഈഗിൾട്ടൺ ആദ്യത്തെ അദ്ധ്യായത്തിലും പിന്നീടുള്ള മറ്റു പലഭാഗങ്ങളിലും അഭിസംബോധന ചെയ്യുന്നത്. സി എസ് ലെവിസ്, എ സി ബ്രാഡ്‌ലി, ഐ എ റിച്ചാർഡ്സ് എന്നിവരുടെ വാദങ്ങളെ സൂചിപ്പിക്കുകയും മറുപടി നല്കുകയും ചെയ്യുന്നു. അതുപോലെ സമകാലികരായ പോസ്റ്റ് സ്ട്രക്ചറലിസ്റ്റ് വിമർശകരുടെ നിലപാടുകളെയും അതിൽ പരിശോധിക്കുന്നു. "ചില യാഥാസ്ഥിതിക വിമർശകർ അതിനാൽ ദുരന്തം ഇനി സാദ്ധ്യമല്ലെന്ന് തീരുമാനിച്ചു. അതേസമയം ചില തീവ്രവാദികൾ ഇത് മേലിൽ അഭികാമ്യമല്ലെന്ന നിഗമനത്തിലെത്തി." ഇതിനു രണ്ടിനും മറുപടി ഈഗിൾട്ടൺ നല്കുന്നു. ഇതിനെക്കുറിച്ച് മറ്റുചില ധാരണകളുണ്ട്. ദുരന്തത്തിന്റെ ഏറ്റവും കുറഞ്ഞത് അനന്യവും കാലഹരണപ്പെട്ടതുമാണെന്ന് തോന്നുന്നവയല്ല അവ സമകാലികമായ സമൂല ആശങ്കകളോട് അതിശയകരമാംവിധം അടുപ്പമുള്ളവയാണ്. ഈഗിൾട്ടണിന്റെ ഇടപെടൽ തത്ത്വം (point) ഈ വിഭാഗത്തിൽ ഉൾക്കൊള്ളുന്നു. ഇന്നത്തെ വ്യവഹാരത്തിനായുള്ള ദുരന്തസങ്കല്പങ്ങളുടെ തുടർച്ചയായ സാദ്ധ്യത, പ്രത്യേകിച്ചും രാഷ്ട്രീയ പുരോഗമനവാദികളുടെ വ്യവഹാരം–ഈഗിൾട്ടണിന്റെ ഇടപെടലുകളിൽ സൈദ്ധാന്തികമായ അടി

ത്തറ നല്കുന്ന രണ്ടാമത്തെ പ്രവാഹപ്രശ്നമാണ്. ഇത്; സമകാലിക ഇടതുപക്ഷ വ്യവഹാരങ്ങൾക്ക് വിരുദ്ധമാണെന്നു ഈഗിൾട്ടൺ വാദിക്കുന്നു. ഉത്തരാധുനികതയുടെ ഈ രൂപങ്ങൾ, മനുഷ്യന്റെ വ്യക്തിനിഷ്ഠത (subjectivity) അസ്ഥിരത, ഒരു ചരിത്രപരമായ ആശങ്കയായി ട്രാജഡിയുമായി ഇടപെടാനുള്ള കഴിവിനെ തടയുന്നു. ഈഗിൾട്ടൺ left historicism എന്നു വിശേഷിപ്പിക്കുന്നത് അദ്ദേഹത്തിന്റെ നിർദ്ദിഷ്ട ലക്ഷ്യമാണ്. ഗ്രീൻബ്ലാറ്റിന്റെ നവചരിത്രവാദത്താൽ സ്വാധീനിക്കപ്പെട്ട വിമർശനത്തിന്റെയും സിദ്ധാന്തത്തിന്റെയും രീതികളാണ് പ്രധാനമായും ലക്ഷ്യമിടുന്നതെന്നു തോന്നുന്ന ഒരു സംജ്ഞയാണ് left historicism. അത്തരം വിമർശനങ്ങൾ സാഹിത്യ കൃതികളും സാമൂഹികശക്തിയും വിശാലമായ വ്യവഹാരങ്ങളും തമ്മിലുള്ള ബന്ധത്തിലേക്ക് ശ്രദ്ധ കേന്ദ്രീകരിക്കുന്ന പല മേഖലകളെയും പുനരുജ്ജീവിപ്പിച്ചു. അതേസമയം ചരിത്രപരമായ മുഹൂർത്തങ്ങളെ പറയാനുള്ള വ്യാവഹാരിക ശേഷിയെക്കുറിച്ച് ഒരു പ്രത്യേക ഫൂക്കോൾട്ടിയൻ (Foucaultian) അശുഭാപ്തിവിശ്വാസം (പെസിമിസം) അടയാളപ്പെടുത്തി. ഗ്രീൻബ്ലാറ്റ് ഷേക്സ്പിയറുടെ ഹെൻറി അഞ്ചാമനെക്കുറിച്ച് പ്രസിദ്ധമായി പ്രസ്താവിച്ചതുപോലെ നാടകത്തിന്റെ സംശയങ്ങൾ കണ്ടെത്താനും ആദരാഞ്ജലി അർപ്പിക്കാനും ഞങ്ങൾക്ക് സ്വാതന്ത്ര്യമുണ്ട്. കാരണം അവ ഞങ്ങളെ ഭയപ്പെടുത്തുന്നില്ല-ഭീഷണിപ്പെടുത്തുന്നില്ല. അവിടെ വിദ്ധ്വംസക പ്രവർത്തനമുണ്ട്. അട്ടിമറിയുടെ അവസരമില്ല. അത് ഞങ്ങൾക്ക് മാത്രമല്ല ഈ ഇടതുപക്ഷ-ചരിത്രവാദത്തിനു എതിരായ ഒരു ദുരിത ചരിത്ര ഐക്യം സൃഷ്ടിക്കുന്നതിനുള്ള ശക്തമായ അടിത്തറ വാഗ്ദാനം ചെയ്യുന്നതിനായി ഈഗിൾട്ടൺ ദുരന്തത്തെ പ്രാമാണീകരിക്കുന്നു. കാരണം, സഹനം പൊതുവായി പങ്കുവയ്ക്കുവാനുള്ള ശക്തമായ ഒരു ഭാഷയാണ്. അതിൽ പലതരം ജീവജാലങ്ങൾക്ക് ഒരു സംവാദം സൃഷ്ടിക്കാൻ കഴിയും. പ്രാചീന ഗ്രീസിൽനിന്നു പില്ക്കാല മുതലാളിത്തത്തിലേക്ക് കാലക്രമേണ ദുരന്തത്തെ ബന്ധിപ്പിക്കുന്ന ഒന്ന്. മനുഷ്യനെക്കുറിച്ചുള്ള കലർപ്പില്ലാത്ത ഭൗതികവാദധാരണ മനുഷ്യവർഗ്ഗത്തെ ദീർഘകാലാടിസ്ഥാനത്തിൽ അനിവാര്യമായും ഒരു മാനവികനിലപാടിലേക്ക് നയിക്കുമെന്ന് ഈഗിൾട്ടൺ വാദിക്കുന്നു. കാരണം സഹസ്രാബ്ദങ്ങളായി മനുഷ്യർ മാറ്റമില്ലാതെ നിരവധി ജീവശാസ്ത്രപരമായ സവിശേഷതകൾ പങ്കുവയ്ക്കുന്നുണ്ട്. അതൊരു material fact ആണ്. വേദനയ്ക്കും സഹനത്തിനുമുള്ള സാധാരണ ശേഷിയുടെ, മനുഷ്യശേഷിയുടെ അടിസ്ഥാനത്തിൽ ഒരു ചരിത്രപരമായ ഐക്യം സ്ഥാപിക്കുവാൻ ഉള്ള കഴിവ് ട്രാജഡിയിലാണ് ഈഗിൾട്ടൺ കാണുന്നത്. അതിചരിത്രപരമായ ഐക്യം സ്ഥാപിക്കാൻ അത് ജനങ്ങളെ അനുവദിക്കുന്നു, മനുഷ്യശരീരത്തെ അതിന്റെ പരിമിതികളിലേക്കും breaking points ലേക്കും കേന്ദ്രീകരിച്ചു. പ്രത്യേകിച്ചും, വിലപ്പെട്ട ഒരു ധാരണാരീതിയാണ് അത്. മൂന്നാമത്തെ അദ്ധ്യായമായ the value of aagony യിൽ ദുരന്തസാഹിത്യത്തിൽ ചിത്രീകരിച്ചിരിക്കുന്ന ഈഡിപ്പസ്, ലിയർ, ക്രിസ്തു

(യേശു) തുടങ്ങിയ വ്യക്തികളുടെ വിവിധ തരം സഹനങ്ങളെക്കുറിച്ച് ഈഗിൾട്ടൺ ചിന്തിക്കുന്നു. സഹനമെന്ന ആശയം ഒരു രാഷ്ട്രീയ ഉപയോഗത്തിലേക്ക് എങ്ങനെ എത്തിക്കാമെന്ന് വിശദീകരിക്കുന്നതിനുള്ള ഒരു മാർഗ്ഗമെന്ന നിലയിൽ, മറ്റൊരുവിധത്തിൽ പറഞ്ഞാൽ ദുരന്തസാഹിത്യത്തിൽ പകർത്തിയ വികാരത്തിന്റെ ഘടനകൾ വിശാലമായ ചരിത്രരൂപങ്ങളിൽ ആവർത്തിക്കുന്നതെങ്ങനെയെന്ന് വിശദീകരിക്കുന്നു. ദുരന്തത്തിന്റെ പല സൈദ്ധാന്തികരും ചെയ്യുന്നതുപോലെ അവർ വളരെ പ്രതിലോമകരവും മാരകവുമായ അക്കൗണ്ടിലേക്കു കീഴടങ്ങുന്നു... കഷ്ടപ്പാടിനെ താങ്ങാനാവാത്തതായി മനസ്സിലാക്കുക. കാരണം, അതിനെ മറികടക്കാനുള്ള നമ്മുടെ കഴിവിനകത്താണ് അത് സ്ഥിതി ചെയ്യുന്നത്. ഈ കാര്യം വ്യക്തമാക്കുന്നതിന് ഈഗിൾട്ടൺ യേശുവിന്റെ രൂപത്തിലേക്ക് തിരിയുന്നു. യേശു കഷ്ടപ്പാടുകളിൽ ആഹ്ലാദിച്ചില്ല. രോഗികളെ സുഖപ്പെടുത്തി. തന്റെ വിധി ഒഴിവാക്കാൻ പിതാവിനോട് അപേക്ഷിച്ചു. സഹനം തന്നിൽത്തന്നെ വിലപ്പെട്ടതാണെന്ന വിശ്വാസവും വേദനയെ ഒരു തിന്മയായി ഒഴിവാക്കേണ്ടതാണെങ്കിലും നഷ്ടവും നേട്ടവും കൗതുകകരമായി ഒരുമിച്ച് പോകുന്ന തരത്തിലുള്ള കഷ്ടപ്പാടുകളുണ്ട് എന്ന വിശ്വാസവും. ഇതാണ് യേശുവിന്റെ പരിഗണനയായി ഈഗിൾട്ടൺ സ്ഥിരീകരിക്കുന്നത്. ഈ ഘട്ടത്തിൽ യേശുവിന്റെ പ്രബോധനം ഒരു ക്രിസ്തീയ വിശ്വാസത്തെ വാദിക്കുന്നതിനുള്ള പെട്ടെന്നുള്ള ഉദ്ദേശ്യത്തിനുവേണ്ടിയല്ല, മറിച്ച് ഒരു മാതൃകയുടെ അല്ലെങ്കിൽ വികാരത്തിന്റെ ഘടനയുടെ പ്രതിനിധിയെന്ന നിലയിലാണ്. സഹനത്തിന്റെ ചരിത്രത്തെക്കുറിച്ചുള്ള മാർക്സിസ്റ്റ് വീക്ഷണത്തെ പ്രകാശിപ്പിക്കുന്നതിന് അവ നിയോഗിക്കാവുന്നതാണ്. സഹനങ്ങൾ ഇല്ലാതാക്കപ്പെടുമ്പോൾ ഭാവിയിൽ ചില ഉട്ടോപ്യൻ ഭാവികാലത്ത് മാർക്സിസം ലളിതമായി വെറുതെ ഇല്ലാതാവില്ല (സ്റ്റെയിനർ ആരോപിച്ച വീക്ഷണത്തിന് വിരുദ്ധമാണിത്. മാർക്സിസം അതിന്റെ അടിസ്ഥാനപരമായ ശുഭാപ്തി ലോകവീക്ഷണം കാരണം ദുരന്തവിരുദ്ധം ആണെന്ന് സ്റ്റെയിനർ അവകാശപ്പെടുന്നു). വർത്തമാനകാലത്തിലെ അഴിമതിയെയും കഷ്ടപ്പാടുകളെയും കുറിച്ചുള്ള ധാരണയിൽ ഭാവിയിലേക്കുള്ള ഈ പ്രത്യാശ അടിസ്ഥാനപ്പെടുത്തുന്നത് ആത്യന്തികമായി കഷ്ടപ്പാടുകളുടെ ഈ ദുരന്തവീക്ഷണത്തെ ഉൾക്കൊള്ളുന്ന ഒരു തത്ത്വചിന്തയാണ്. ഇതാണ് ലിബറൽ ആദർശവാദത്തിനെതിരെ മാർക്സിസത്തെ സജ്ജമാക്കുന്നത്. അതിൽ ചൂഷണം ചരിത്രത്തിന്റെ നിശ്ചിത അവസ്ഥയായി കാണുന്നു. എന്നാൽ പ്രായോഗികത അല്ലെങ്കിൽ യാഥാസ്ഥിതികതയുടെ പൂർവ്വസ്ഥിതി നിലവാരത്തിന്റെ അശുഭാപ്തി വിശ്വാസത്തിൽനിന്നോ പിന്തിരിപ്പൻ സ്വീകാര്യതയിൽനിന്നോ രക്ഷപ്പെടാൻ ഇത് അനുവദിക്കുന്നു. അതിൽ അത് ഉറച്ചതാണ്. പുരുഷന്മാരും സ്ത്രീകളും യോഗ്യരും നിലവിൽ പ്രകടമാക്കുന്നതിനേക്കാൾ കൂടുതൽ കഴിവുള്ളവരുമാണ്.

ദുരന്തം നിരാശയുടെ ദർശനങ്ങൾ മാത്രമല്ല പ്രത്യാശയുടെ വിഭവ

ങ്ങളും വാഗ്ദാനം ചെയ്യുന്നു. മാത്രമല്ല, വികാരത്തിന്റെ ഈ ആവർത്തന ഘടന മനസ്സിലാക്കുന്നതിലൂടെയാണ് — മതത്തിലോ സാഹിത്യത്തിലോ ചരിത്രത്തിലോ ആകട്ടെ — വർത്തമാനകാലത്തിനുവേണ്ടി ദാരുണമായ ജ്ഞാനത്തിനെ ഒരു രാഷ്ട്രീയ ഉപകരണമാക്കി മാറ്റാൻ കഴിയും. ഈ തന്ത്രമാണ് ഈഗിൾട്ടൺ തന്റെ ഈ കൃതിയിലുടനീളം ഉപയോഗിക്കുന്നത്.

അവസാന അദ്ധ്യായത്തിൽ ദുരന്തത്തിന്റെ മതപരമായ ഉത്ഭവത്തെക്കുറിച്ചും പ്രത്യേകിച്ച് ദുരന്തവും ത്യാഗവും തമ്മിലുള്ള ബന്ധത്തെക്കുറിച്ചും ഈഗിൾട്ടൺ ചർച്ച ചെയ്യുന്നു. ത്യാഗപരമായ ആചാരമെന്ന ദുരന്തവീക്ഷണത്തെ ഇടതുപക്ഷം അവിശ്വസിക്കുമെന്ന് ഈഗിൾട്ടൺ സൂചിപ്പിക്കുന്നു. കാരണം അത് പലപ്പോഴും യജമാനനുവേണ്ടിയുള്ള സേവനത്തിൽ സ്വന്തം ആഗ്രഹങ്ങൾ ഉപേക്ഷിക്കുക എന്നാണ് അർത്ഥമാക്കുന്നത്. ത്യാഗം സ്ത്രീകൾ പുരുഷന്മാർക്കുവേണ്ടി എന്തു ചെയ്യുമെന്നതും ജനതയ്ക്കുവേണ്ടി കാലാൾപ്പട എന്തുചെയ്യുമെന്നതും അല്ലെങ്കിൽ എല്ലാവരുടെയും പ്രയോജനത്തിനായി തൊഴിലാളിവർഗ്ഗം എന്തുചെയ്യുമെന്നതുമായി മാറും. അഥവാ അങ്ങനെ പ്രതീക്ഷിക്കും. എന്നിട്ടും ഈഗിൾട്ടൺ ഈ നിഷേധാത്മക അർത്ഥങ്ങൾക്കിടയിലും ഇടതുപക്ഷം അതിന്റെ എതിരാളികൾക്ക് ദാരുണമായ ത്യാഗം എന്ന ആശയം സമർപ്പിക്കാൻ തിടുക്കപ്പെടേണ്ടതില്ല എന്നും വാദിക്കുന്നു. കാരണം, പുതുക്കാനായി എന്തെങ്കിലും ഛേദിക്കപ്പെടേണ്ട സമയങ്ങളുണ്ടെന്ന് ത്യാഗത്തിന് അർത്ഥമുണ്ട്. തകർത്തതിനുശേഷം ബലിയാട് അല്ലെങ്കിൽ pharmakos എന്നീ ആശയത്തിൽ ഈഗിൾട്ടണിനു താല്പര്യമുണ്ട്.

ബലിയാട് എന്ന ആശയം ഈഗിൾട്ടൺ പരിശോധിക്കുന്നു. ഗ്രീക്ക് ദുരന്തത്തിന് മൃഗബലിയിൽനിന്ന് ഉല്പത്തിയുണ്ടാകാം. ഉണ്ടായില്ലെങ്കിൽപ്പോലും ബലിയാടുകളുടെ രൂപം ഒരു പ്രത്യേക ദുരന്തത്തിന്റെ കേന്ദ്രബിന്ദുവാണ്. പുരാതന ഗ്രീസിലെ തർഗേലിയയിൽ ഒരാചാരമുണ്ട്. നഗരത്തിൽ മലിനീകരണം ഉണ്ടാകുന്നു. ശുദ്ധീകരണത്തിനായി രണ്ട് ഫാർമക്കോയികളെ തെരഞ്ഞെടുത്ത് പുറത്താക്കുന്നു. ഈ ഫാർമക്കോസ് സമൂഹത്തിന്റെ കുറ്റബോധത്തെ പ്രതീകാത്മകമായി വഹിക്കുന്നവരാണ്. അതിനാൽ polis ലെ ജനങ്ങൾക്ക് പകരക്കാരനാകാനും സ്ഥാനഭ്രഷ്ടനാകാനും ഇത് സഹായിക്കുന്നു. കാരണം, അവരുടെ കുറ്റബോധം ചുമക്കുന്നതിൽ ആളുകൾ ഒറ്റയടിക്ക് സമ്മതിക്കുന്നു. അവരെ-ഇരയെ കൊല്ലുന്നതിന് രാഷ്ട്രീയ അതിർത്തികൾക്കപ്പുറത്തേക്ക് അയയ്ക്കുന്നതിനോ ഫാർമക്കോസിന്റെ ഈ മാതൃകാ ഫിഗർ ഈഗിൾട്ടൺ വിവരിക്കുന്നതുപോലെ നിരവധി ദാരുണമായ കഥകളുടെ കേന്ദ്രമാണ്. ഈഡിപ്പസ്, ലിയർ, യേശു, തോമസ്മാന്റെ the holysinner എന്നിവയെല്ലാം ബലിയാടുകളുടെ ഇമേജ് പുനർനിർമ്മാണങ്ങൾ വാഗ്ദാനം ചെയ്യുന്നു. പക്ഷേ, പാശ്ചാത്യസാഹിത്യത്തിലുടനീളം ഫാർമക്കോസ് എങ്ങനെയാണ് പ്രവർത്തിക്കുന്നതെന്ന് മനസ്സിലാക്കുന്നതിലൂടെ മുതലാളിത്ത ആധുനികതയുടെ കേന്ദ്രദുരന്ത

മുഹൂർത്തത്തെ നമുക്ക് മനസ്സിലാക്കാൻ കഴിയും. മിക്ക ക്ലാസിക്കൽ ദുരന്തങ്ങളിലും ദുരന്തബലിയാടാകുന്നത് സമൂഹത്തിൽനിന്നു പുറത്താക്കപ്പെടുകയും പ്രവാസിയായി അലഞ്ഞുതിരിയാൻ നിർബ്ബന്ധിതരാകുകയും ചെയ്യുന്ന ഒരൊറ്റ വ്യക്തിയാണ്. അയാൾ ഒരു സിംഗിൾ ഫിഗർ ആണ്. ഈ വ്യവസ്ഥയിൽ ഭൂരിപക്ഷവും ബലിയാടുകളാകുന്നുവെന്നതാണ് മുതലാളിത്ത വ്യവസ്ഥയിലെ ഒരു ദാരുണമായ വസ്തുത. സാമൂഹികക്രമം അദൃശ്യമായി ഭൂരിപക്ഷത്തെ എല്ലായ്പ്പോഴും തടവിലാക്കുന്നുവെന്നതാണ് സത്യം. ഇതാണ് വർഗ്ഗവിശകലനത്തിൽ മനസ്സിനെ വിറപ്പിക്കുന്ന ഒരു സത്യം. വില്യംസിന്റെ *മോഡേൺ ട്രാജഡി*യിൽ അവതരിപ്പിച്ച അതേ പ്രശ്നത്തിന്റെ രൂപരേഖയാണ് ഈഗിൾട്ടൺ *മധുരഹിംസ*യിൽ അവതിരിപ്പിക്കുന്നതും.

# സിദ്ധാന്തത്തിനുശേഷം

മനുഷ്യപോരാട്ടത്തിന്റെ ഭാവങ്ങളെ സങ്കല്പിക്കുന്നതിനും ആവിഷ്കരിക്കുന്നതിനുമുള്ള പുതിയരീതികൾക്കായി പരികൃഷ്തമാകാത്ത അതിഭൗതികവിഷയങ്ങൾ പുനർവിചിന്തനം ചെയ്യാനുള്ള ഒരാഹ്വാനം, *മധുരഹിംസ*യിലെ പ്രധാനപ്രമേയങ്ങളിലൊന്നായിരുന്നു. 'ആഫ്റ്റർ തീയറി' ഈ വഴിത്തിരിവിന്റെ പര്യവസാനത്തെ പ്രതിനിധീകരിക്കുന്നു. അറുപതുകളിൽ പുരോഗമന ചിന്തകരുടെ തരംഗം വികസിപ്പിച്ചെടുത്ത സൈദ്ധാന്തിക വ്യവഹാരങ്ങൾ അടിയന്തരവും സഹസ്രാബ്ദത്തിനുശേഷമുള്ളതുമായ രാഷ്ട്രീയസാഹചര്യങ്ങളെ അഭിസംബോധന ചെയ്യാൻ പര്യാപ്തമായിരുന്നില്ല. ഈ പുതിയ സാഹചര്യം മനസ്സിലാക്കാനും വിമർശിക്കാനും ഇടതുപക്ഷം പുതിയ ആശയങ്ങൾ ഉപയോഗപ്പെടുത്തണം. ഈ അടിസ്ഥാന നിർദ്ദേശം സിദ്ധാന്തത്തിന്റെ കാലം കടന്നുപോയോ എന്ന ചിന്തയ്ക്കു തുല്യമായ ഒന്നായിരുന്നില്ല. സിദ്ധാന്തത്തിന്റെ അന്ത്യം അതിന്റെ ഉദയം മുതൽതന്നെ പ്രവചിക്കപ്പെട്ടിട്ടുണ്ട്. സിദ്ധാന്തത്തിന്റെ വികാസത്തിനൊപ്പം അത് കൂടുതൽ പ്രാധാന്യവും നേടി. എന്നിട്ടും ഈഗിൾട്ടണിന്റെ സ്ഥാനം അക്കാദമിക് രംഗത്ത് സിദ്ധാന്തം പ്രചരിപ്പിക്കാൻ മറ്റാരേക്കാളും സഹായിച്ച നിരൂപകൻ എന്നതായിത്തുടരുന്നു. സിദ്ധാന്ത സ്ഥാപക സംവാദങ്ങളിൽ ഈഗിൾട്ടണിന്റെ വിശദീകരണങ്ങൾക്ക് പ്രത്യേക പ്രാധാന്യവും പദവിയും കൈവന്നു. അദ്ദേഹത്തിന്റെ ആഫ്റ്റർ തിയറി പല രീതിയിൽ, തലത്തിലും, സാഹിത്യസിദ്ധാന്തം–ഒരു ഉപസംഹാരം എന്ന ഉപശീർഷകത്തിൽ സംഗ്രഹിക്കാമെന്ന് ജയിംസ് സ്മിത്ത് അഭിപ്രായപ്പെടുന്നു. എഴുപതുകൾ മുതൽ ഇന്നുവരെയുള്ള സാഹിത്യസാംസ്കാരിക സിദ്ധാന്തത്തിന്റെ ഗതി ഈഗിൾട്ടൺ ആഫ്റ്റർ

തിയറിയിൽ നിർണ്ണയിക്കുന്നു. ദീർഘകാലം സാംസ്കാരിക സിദ്ധാന്തത്തിന്റെ സുവർണ്ണകാലമായിരുന്നു. അതുകഴിഞ്ഞിരിക്കുന്നു. ഇപ്പോൾ സാംസ്കാരികസിദ്ധാന്തത്തിന്റെ സുവർണ്ണകാലം വളരെ മുമ്പായിരുന്നു എന്നെഴുതണം എന്നാണ് അദ്ദേഹത്തിന്റെ പക്ഷം. സിദ്ധാന്തമെന്നാൽ നമ്മുടെ അനുമാനങ്ങളെ യുക്തിസഹമായി ചിട്ടപ്പെടുത്തുന്നതിനുള്ള മാർഗ്ഗനിർദ്ദേശങ്ങളുടെ പ്രതിഫലനമാണെങ്കിൽ അത് എന്നത്തേയും പോലെ ഒഴിച്ചുകൂടാനാവാത്തതായി തുടരുമെന്ന് ഈഗിൾട്ടൺ വ്യക്തമാക്കുന്നു. ഇപ്പോൾ നമ്മൾ അഭിമുഖീകരിക്കുന്നത് ഉന്നത സിദ്ധാന്തത്തിന്റെ അനന്തരഫലങ്ങളെയാണ്. അതിനാൽ അൽത്തൂസർ, ബാർത്ത്, ദറിദ, തുടങ്ങിയവരുടെ ഉൾക്കാഴ്ചകളുണ്ട്. ചിലവഴികൾ അവർക്കപ്പുറത്തേക്കു നീങ്ങിയ ചരിത്രവുമുണ്ട്. സിദ്ധാന്തത്തിനുശേഷം പദ്ധതിയിൽ രണ്ടു പ്രധാന പാതകൾ കണ്ടെത്താം. ആദ്യം സിദ്ധാന്തത്തിന്റെ അവസ്ഥ വിവരിക്കുന്നു. നഷ്ടങ്ങളും നേട്ടങ്ങളും വിലയിരുത്തുന്നു. അറുപതുകളിലെ റാഡിക്കലിസത്തിന്റെ പിന്നിലെ സിദ്ധാന്തത്തിന്റെ പ്രാധാന്യം ഉയർന്നുവന്നതിന്റെ ചരിത്രമായി ഈ പാതയെ കാണാം. രണ്ടാമത്തെ പാത വിമർശനാത്മക സിദ്ധാന്തത്തിന്റെ ചരിത്രത്തിലൂടെ സഞ്ചരിക്കുന്നു. വിമർശനാത്മകവ്യവഹാരത്തെ പുതിയ മേഖലകളിലേക്ക് ആനയിക്കുന്നതിന്, നിലവിലുള്ള വിമർശനാത്മക സിദ്ധാന്തത്തിന്റെ രീതികൾ പരാജയപ്പെടുന്നു. അത്തരം സിദ്ധാന്തം ഒരു സമൂല വിമർശനമായി സ്വയം അവതരിപ്പിക്കാമെങ്കിലും അവിടെ വിമർശനാത്മകത നഷ്ടപ്പെട്ടുവെന്നാണ് ഈഗിൾട്ടൺ വാദിക്കുന്നത്.

## സ്മൃതിഭ്രംശത്തിന്റെ രാഷ്ട്രീയം

സാംസ്കാരിക സിദ്ധാന്തത്തിന്റെ സുവർണ്ണകാലത്തിൽ അൽത്തൂസർ, ലക്കാൻ, ലെവിസ്ട്രോസ്, ബാർത്ത്, ഫൂക്കോ, എന്നിവരുടെ പ്രഥമ മാർഗ്ഗദർശകകൃതികൾ നമുക്കു ലഭിച്ചു. റെയ്മണ്ട് വില്യംസ്, ലൂസി ഇറിഗറേ, ബോർദ്യൂ, ജൂലിയ ക്രിസ്തേവ, ദറിദ, ഹെലൻ സിക്സോസസ്, ഹേബർമാസ്, ഫെഡറിക് ജയിംസൺ, എഡ്വേർഡ് സെയ്ദ് എന്നിവരുടെ രചനകളും അങ്ങനെയുള്ളവ തന്നെ. ഈ സ്ഥാപക മാതാപിതാക്കന്മാരുടെ ഉൽകർഷേച്ഛയ്ക്കും മൗലികതയ്ക്കുംശേഷം കാര്യങ്ങളൊന്നും അത്ര പന്തിയല്ല. അവയിൽ ചിലത് പിന്നീട് തച്ചുതകർത്തു. അവരിൽ പലരുടെയും അവസാനം അത്ര ശോഭനമായിരുന്നില്ല. ബാർത്തിന്റെ അന്ത്യം പാരീസിലെ ഒരലക്കുവാനിനടിയിൽപ്പെട്ടായിരുന്നു. ഫൂക്കോയ്ക്ക് എയ്ഡ്സ് ബാധിച്ചു. അൽത്തൂസറിനെ ഭാര്യയെ കൊലപ്പെടുത്തിയതിന് മാനസികരോഗാശുപത്രിയിൽ അടച്ചു. ദൈവം ഒരു ഘടനാവാദിയല്ലെന്നു തോന്നുന്നുവെന്ന് ഈഗിൾട്ടൺ നസ്യം പറയുന്നു. ഈ ചിന്തകന്മാർ പലരുടെയും പല ആശയങ്ങളും താരതമ്യപ്പെ

ടുത്താനാവാത്തവിധം അതുല്യമായി തുടരുന്നു. അവയിൽ ചിലത് ഇപ്പോഴും വിമർശനത്തിൽ സ്വാധീനം ചെലുത്തുന്നുമുണ്ട്. സിദ്ധാന്തം അവസാനിച്ചുവെന്നും നമുക്കെല്ലാവർക്കും ആശ്വാസത്തോടെ ഇനി സിദ്ധാന്തപൂർവ്വ നിഷ്കളങ്കതയുടെ ഒരു യുഗത്തിലേക്കു മടങ്ങാമെന്നുമാണ് സിദ്ധാന്തത്തിനുശേഷം എന്ന ശീർഷകം കൊണ്ട് അർത്ഥമാക്കുന്നതെന്നു കരുതുന്നവർക്ക് നിരാശപ്പെടേണ്ടി വരുമെന്ന് ഈഗിൾട്ടൺ വ്യക്തമാക്കുന്നു.

മാർഗ്ഗഭേദകരുടെയും വിഗ്രഹഭഞ്ജകരുടെയും ശേഷമുള്ള തലമുറ സാധാരണഗതിയിൽ എന്തുചെയ്യുമെന്ന് ഈഗിൾട്ടൺ സൂചിപ്പിക്കുന്നു. അവരുടെ മൗലികാശയങ്ങൾ വികസിപ്പിക്കുകയും ചിലത് കൂട്ടിച്ചേർക്കുകയും വിമർശിക്കുകയും പ്രയോഗിക്കുകയും ചെയ്യും. എന്നാൽ പുതിയ തലമുറയ്ക്ക് സ്വന്തമായ ആശയങ്ങളൊന്നുമില്ല. പഴയതലമുറ പിന്തുടരാൻ അവർക്ക് ഒരു കഠിനപാത കാണിച്ചുകൊടുക്കുകയും ചെയ്തു. പുതിയ നൂറ്റാണ്ട് കാലക്രമേണ സ്വന്തം ഗുരുക്കന്മാർക്ക് ജന്മം നല്കുമെന്നതിൽ ഈഗിൾട്ടണിന് സംശയമൊന്നുമില്ല. എങ്കിലും നമ്മൾ ഭൂതകാലത്തിൽ വ്യാപരിച്ചുകൊണ്ടിരിക്കുന്നതിൽ അദ്ദേഹത്തിന് പരിഭവമുണ്ടുതാനും. ഫൂക്കോയും ലക്കാനും അവരുടെ ടൈപ്പ്റൈറ്ററുമായി ഇരുന്നകാലത്തിൽനിന്നും ഈ ലോകം ഗണ്യമായി മാറിയിരിക്കുന്നു എന്ന് അദ്ദേഹം ഓർമ്മിപ്പിക്കുന്നു. പുതിയയുഗം ഏത് തരത്തിലുള്ള പുതിയ ചിന്തയാണ് ആവശ്യപ്പെടുന്നതെന്നു പരിശോധിക്കുന്നതിനുമുമ്പ് നമ്മളെവിടെയാണ് നില്ക്കുന്നതെന്നു മനസ്സിലാക്കണമെന്നതുകൊണ്ട് ഒരാകമാന നിരീക്ഷണം അദ്ദേഹം നടത്തുന്നു. സ്ട്രക്ചറലിസം, പോസ്റ്റ് സ്ട്രക്ചറലിസം എന്നിവയ്ക്ക് ഇപ്പോൾ അത്ര കാമഭാവമൊന്നുമില്ല എന്നുസൂചിപ്പിക്കുന്നു. അക്കാദമിയുടെ വന്യതീരത്ത് ഫ്രഞ്ചുതത്ത്വചിന്തയോടുള്ള താല്പര്യം ഫ്രഞ്ചു കിസ്സിനുള്ള മോഹം പോലെയായിരുന്നുവെന്ന് ഫലിതം പറയുന്നു. സോഷ്യലിസം സാഡോ-മാസോക്കിസത്തിലേക്കു പ്രത്യക്ഷമായിയെന്നും സംസ്കാര പഠിതാക്കൾക്ക് ഇടയിൽ ശരീരം ഒരു പുതുമോടി വിഷയമായെന്നും ചൂണ്ടിക്കാണിക്കുന്നു. പക്ഷേ, അത് ലൈംഗികപരമായ ശരീരത്തോടുമാത്രമാണെന്നും അദ്ധ്വാനിക്കുന്നവരുടെ ശരീരത്തോടല്ലായെന്നും കുറ്റപ്പെടുത്തുന്നു. നിശ്ശബ്ദമായി സംസാരിക്കുന്ന മദ്ധ്യവർഗ്ഗ വിദ്യാർത്ഥികൾ ലൈബ്രറികളിലേക്കു നടക്കുകയും വാംപരിസം, സൈബോർഗുകൾ, പോൺ മൂവികൾ എന്നിവപോലുള്ള സെൻസേഷണലിസ്റ്റ് വിഷയങ്ങളിൽ പ്രവർത്തിക്കുന്നു. ഒന്നും കൂടുതലായി അറിയണമെന്നവർക്കില്ല. പഠനം രസകരമായിരിക്കണമെന്ന പഴയ പല്ലവി അക്ഷരാർത്ഥത്തിൽ അങ്ങു സ്വീകരിക്കുകയാണ്. പണ്ട്, റോക്ക് സംഗീതം പഠനത്തിൽനിന്ന് ശ്രദ്ധ വ്യതിചലിപ്പിക്കുന്നുവെന്നായിരുന്നു പരാതി. ഇന്നാകട്ടെ, റോക്ക് സംഗീതത്തെക്കുറിച്ചായിരിക്കുന്നു

പഠനം. ബൗദ്ധികവിഷയങ്ങൾ ഇനി ഒരാനക്കാര്യമൊന്നുമല്ല. മാധ്യമങ്ങളുടെയും മാളുകളുടെയും ഉറക്കറകളുടെയും വേശ്യാലയങ്ങളുടെയുമൊക്കെ ലോകം ഇനി ബൗദ്ധിക ചർച്ചകൾക്കുള്ള വിഷയങ്ങളാണ്. അതുപോലെ അവ ദൈനംദിന ജീവിതത്തിലേക്കു കൂട്ടിച്ചേർക്കുന്നു. പക്ഷേ, അത് അവ വിമർശനത്തിനു വിധേയമാക്കാനുള്ള കഴിവ് നഷ്ടപ്പെടുത്തിക്കൊണ്ടാവരുതെന്ന് ഈഗിൾട്ടൺ ഓർമ്മിപ്പിക്കുന്നു. തീക്ഷ്ണതയുള്ള ഒരു യാഥാസ്ഥിതികത മറ്റൊന്നിലേക്ക് വഴിമാറുന്നുവോയെന്ന സംശയവും അദ്ദേഹം പ്രകടിപ്പിക്കുന്നു.

ലൈംഗികതയുടെ നിസ്സാരവല്ക്കരണത്തെ ഒരു വിരോധാഭാസമായിട്ടാണ് ഈഗിൾട്ടൺ വിലയിരുത്തുന്നത്. സാംസ്കാരിക സിദ്ധാന്തത്തിന്റെ സുപ്രധാന നേട്ടങ്ങളിലൊന്ന് ലിംഗഭേദവും (gender) ലൈംഗികതയും വ്യവസ്ഥാനുസൃതമായ പഠനവിഷയങ്ങളായതും രാഷ്ട്രീയപ്രാധാന്യമുള്ള വിഷയങ്ങളായി സ്ഥാപിതമായതുമാണ്. നൂറ്റാണ്ടുകളോളം മനുഷ്യന് ജനനേന്ദ്രിയമില്ലെന്ന് ബുദ്ധിജീവികളും ബൗദ്ധികജീവിതവും മൂകമായ അനുമാനത്തിലെത്തിച്ചേർന്നിരുന്നതിനെക്കുറിച്ച് അദ്ദേഹം സൂചിപ്പിക്കുന്നു. ചരിത്രപരമായ മുന്നേറ്റത്തിൽ, ലൈംഗികത ഇപ്പോൾ മനുഷ്യ സംസ്കാരത്തിന്റെ മൂലക്കല്ലുകളിലൊന്നായി അക്കാദമിക് ലോകത്തിൽ സുപ്രതിഷ്ഠിതമായിരിക്കുന്നു. മനുഷ്യാസ്തിത്വം കുറഞ്ഞത് ഭ്രമഭാവനയെയും പിന്നെ കുറച്ച് കാമനയെയും കുറിച്ചുള്ളതാണെന്ന്, സത്യത്തെയും യുക്തിയെയുംകുറിച്ചുള്ളതെന്ന പോലെത്തന്നെ നമ്മൾ അംഗീകരിച്ചുകഴിഞ്ഞു. സാംസ്കാരികസിദ്ധാന്തം ബ്രഹ്മചാരിയായ ഒരു മദ്ധ്യവയസ്കൻ പ്രൊഫസറെപ്പോലെയാണിപ്പോൾ പെരുമാറുന്നതെന്ന് ഈഗിൾട്ടൺ. അയാൾ ലൈംഗികതയ്ക്കുമേൽ മനഃപൂർവ്വം ഇടറിവീഴുകയും നഷ്ടപ്പെട്ട സമയത്തിനായി ഉന്മേഷത്തോടെ പ്രവർത്തിക്കുകയും ചെയ്യുന്നു.

സാംസ്കാരിക സിദ്ധാന്തത്തിന്റെ മറ്റൊരു ചരിത്രനേട്ടം ജനപ്രിയ സംസ്കാരവും പഠിക്കപ്പെടേണ്ട ഒരു വിഷയമാണെന്ന് ബോദ്ധ്യപ്പെടുത്താനായി എന്നതാണ്. ചില ബഹുമാന്യാപവാദങ്ങളോടെ, പരമ്പരാഗതപണ്ഡിതന്മാർ നൂറ്റാണ്ടുകളായി സാധാരണ ജനങ്ങളുടെ ദൈനംദിന ജീവിതത്തെ അവഗണിക്കുകയായിരുന്നു. ദൈനംദിനജീവിതത്തെയാണ് അവർ അവഗണിക്കാൻ ശ്രമിച്ചത്. അക്കാദമിക് സ്ഥാപനങ്ങളിൽ ചുറ്റും കണ്ട, കാണുന്ന ഒന്നിനെക്കുറിച്ചും ഗവേഷണം നടത്താൻ അനുവദിച്ചിരുന്നില്ല. ഗവേഷണത്തിന്റെ നിർവ്വചനമനുസരിച്ച് അതൊന്നും പഠനാർഹമായിരുന്നില്ല. മാനവികവിഷയങ്ങളിൽ പഠനത്തിന് അനുയോജ്യമെന്നു കരുതുന്ന കുറെ വിഷയങ്ങളുണ്ടായിരുന്നു. ആ സങ്കല്പത്തിൽ ദൈനംദിനജീവിതം ഉൾപ്പെട്ടിരുന്നില്ല. എന്നാൽ ഇന്ന് ദൈനംദിനജീവിതം സങ്കീർണ്ണവും അവ്യക്തവും അനുഗൃഹീതവുമാണെന്ന് പൊതുവെ

അംഗീകരിക്കപ്പെട്ടിരിക്കുന്നു. അതിനാൽ അത് അമൂല്യവുമാണ്. പണ്ട് പഠിക്കേണ്ട വിഷയം നിരർത്ഥകവും ഏകതാനവും നിഗൂഢവുമായിരുന്നു. ഇന്നത് നിങ്ങളും നിങ്ങളുടെ ചങ്ങാതിമാരും വൈകുന്നേരങ്ങളിലെങ്കിലും ചെയ്യുന്ന കാര്യമായിരിക്കുമെന്ന് ഈഗിൾട്ടൺ സൂചിപ്പിക്കുന്നു. ഒരിക്കൽ ഫ്ളോബേർട്ടിനെക്കുറിച്ച് നിരൂപണാത്മകമല്ലാത്തതും ആദരവുപ്രകടിപ്പിക്കുന്നതുമായ ലേഖനങ്ങൾ എഴുതിയ വിദ്യാർത്ഥികൾ ഇന്ന് സ്വന്തം ചങ്ങാതിമാരെക്കുറിച്ച് അങ്ങനെയെഴുതുന്നു. ലൈംഗികതയും ജനപ്രിയസംസ്കാരവുമൊക്കെ പഠനത്തിന്റെ വ്യവസ്ഥാനുസൃത വിഷയങ്ങളായി അവതരിച്ചതോടെ ശക്തമായ ഒരു പുരാവൃത്തം രൂപം കൊണ്ടു. ഗൗരവം ഒരു കാര്യം, ആനന്ദം മറ്റൊന്ന് എന്ന പ്യൂരിറ്റൻ വാദം തകർക്കപ്പെട്ടു. ചാപല്യത്തിൽ നിന്നാണ് ആനന്ദമെന്നും ഗാംഭീര്യമായവയ്ക്കുവേണ്ടിയുള്ളതാണ് ഗൗരവമെന്നും പ്യൂരിറ്റന്മാർ വിശ്വസിച്ചു; തെറ്റിദ്ധരിച്ചു. ആനന്ദം അറിവിന്റെ മണ്ഡലത്തിനു വെളിയിലാണ്. അതിനാൽ അത് അപകടകരമായ അരാജകത്വവുമാണ്. ആനന്ദമനുഭവിക്കാൻ ഒരു കവിൾ ഷാംപെയിൻ കുടിക്കണോ? ഷാംപെയിനെ രാസപരമായി വിശകലനം ചെയ്യണോ? ഈ അർത്ഥത്തിൽ ആനന്ദവും ഗൗരവവും ബന്ധപ്പെട്ടിരിക്കുന്നുവെന്ന് പ്യൂരിറ്റൻ കാണുന്നില്ല. കൂടുതൽ ആളുകൾക്ക് ജീവിതം എങ്ങനെ കൂടുതൽ സുഖകരമാക്കാമെന്ന് കണ്ടെത്തുന്നത് ഗൗരവമേറിയ വ്യാപാരമാണ്. പരമ്പരാഗതമായി ഇത് ധാർമ്മികവ്യവഹാരമെന്നറിയപ്പെടുന്നു. എന്നാൽ രാഷ്ട്രീയ വ്യവഹാരവും അങ്ങനെതന്നെ ചെയ്യുന്നു. സമകാലിക സംസ്കാരത്തിലെ ഒരു മന്ത്രമായ ആനന്ദത്തിന് എന്നിട്ടും അതിന്റേതായ പരിമിതികളുണ്ട്. ജീവിതം എങ്ങനെ കൂടുതൽ ആനന്ദകരമാക്കാമെന്നു കണ്ടെത്തുന്നത് എല്ലായ്പ്പോഴും സുഖകരമായതല്ല. എല്ലാ ശാസ്ത്രീയാന്വേഷണങ്ങളെയും വിരസമാകാൻ അനുവദിക്കാത്ത ഒരു ശേഷിയും ആവശ്യമാണ്. എന്തുതന്നെയായാലും ആനന്ദത്തെ ആത്യന്തിക യാഥാർത്ഥ്യമായി സ്വീകരിക്കുന്ന സുഖലോലുപവാദി (hedonist) പലപ്പോഴും തൊണ്ടകൊണ്ട് കലാപമുണ്ടാക്കുന്ന പ്യൂരിറ്റൻ മാത്രമാണ്. സുഖഭോഗവാദിയും നിഷ്ഠാഭ്രാന്തനും ഒരേ ലൈംഗികജീവിതം നയിക്കുന്നു. ഇരുവരും സത്യത്തെ ആത്മാർത്ഥതയുടെ തുല്യമാക്കുന്നു. പഴയശൈലി പൂജാപുരോഹിതവിരുദ്ധ മുതലാളിത്തം സ്വയം ആനന്ദിക്കുന്നതിന് ജനങ്ങളെ വിലക്കുന്നു. കാരണം, അതിൽ അവർ ആനന്ദം കണ്ടെത്തിക്കഴിഞ്ഞാൽ പിന്നെയവരെ തൊഴിലിടത്തിൽ കണ്ടെന്നുവരില്ല. ഉണ്മയുടെ തത്ത്വം എന്ന് വിളിക്കാതിരുന്നാൽ ഞങ്ങൾ ദിവസം മുഴുവൻ ആനന്ദ മൂർച്ഛയുടെ ശാന്ത കുത്സിതാവസ്ഥകളുടെ സ്ഥലങ്ങളിൽ ചുറ്റിപ്പറ്റി കിടക്കുമെന്ന് സിഗ്മണ്ട്ഫ്രോയിഡ് അഭിപ്രായപ്പെട്ടു. എന്നിരുന്നാലും കൂടുതൽ തന്ത്രപരമായി മുതലാളിത്തത്തിന്റെ ഉപഭോഗസ്വഭാവം ലജ്ജയില്ലാതെ നമ്മുടെ ഇന്ദ്രിയങ്ങളിൽ മുഴുകാനും

കഴിയുന്നത്ര സ്വയം തൃപ്തിപ്പെടുത്താനും പ്രേരിപ്പിക്കുന്നു. ആ രീതിയിൽ നമ്മൾ കൂടുതൽ വസ്തുക്കളെ ഉപയോഗിക്കുക മാത്രമല്ല ചെയ്യേണ്ടത്. വ്യവസ്ഥയുടെ നിലനില്പിനൊപ്പം നമ്മുടെ സ്വന്തം സഫലീകരണംകൂടി തിരിച്ചറിയണം. രതിമൂർച്ഛയുടെ ഇന്ദ്രിയാനുഭൂതിയിൽ പരാജയപ്പെടുന്ന ഏതൊരാളെയും രാത്രിവൈകി സൂപ്പർ ഈഗോ എന്ന ഭയങ്കരകള്ളൻ സന്ദർശിക്കും. അത്തരം ആനന്ദത്തിന് ലഭിക്കുന്ന ശിക്ഷ ക്രൂരമായ കുറ്റബോധമാണ്. അതിനാൽ ആനന്ദത്തെക്കുറിച്ച് ജന്മസിദ്ധമായി വിദ്ധ്വംസകമായൊന്നുമില്ല. നേരെമറിച്ച് കാൾമാർക്സ് തിരിച്ചറിഞ്ഞതുപോലെ ഇതു തികച്ചും കുലീനവിശ്വാസമാണ്. യാഥാസ്ഥിതികനായ ആംഗലേയ മാന്യൻ അസുഖകരമായ അദ്ധ്വാനത്തോട് വിമുഖത കാണിച്ചു. വാസ്തവത്തിൽ സാംസ്കാരിക പഠനത്തിന്റെ ഏറ്റവും അഭിവൃദ്ധി പ്രാപിച്ച മേഖല കോളനിയനന്തരപഠനങ്ങൾ എന്നറിയപ്പെടുന്നു.

എഴുപതുകൾക്കുശേഷം ചരിത്രബോധം കൂടുതൽ മൂർച്ഛിച്ചു. വർത്തമാനകാലത്തിന് ബദലൊന്നും ഊഹിക്കാനാവില്ല. ഭാവികാലം അനന്തമായി ആവർത്തിക്കുന്നതുമായിരിക്കും. ഉത്തരാധുനികർ പറഞ്ഞതുപോലെ വർത്തമാനകാലം അധികം സാദ്ധ്യതകൾ ചരിത്രവല്ക്കരണത്തിനായി തുറന്നിടുന്നു. അതിനായി ഭക്തിയോടെ നിർബ്ബന്ധിക്കുന്നു. 1980 ന് മുമ്പ് സംഭവിച്ചതെന്തും പുരാതന ചരിത്രമാണെന്നു വിശ്വസിക്കുന്നവരുമുണ്ട്. നിഷ്കളങ്കതയ്ക്കും സ്മൃതിനാശത്തിനും അവയുടേതായ ഗുണങ്ങളുമുണ്ട്. ലോകത്തെ വിറപ്പിക്കുന്ന ഒരു രാഷ്ട്രീയ ചരിത്രം ഓർമ്മിക്കുകയെന്നത് കുറഞ്ഞത് രാഷ്ട്രീയ ഇടതുപക്ഷത്തെ സംബന്ധിച്ചിടത്തോളം പരാജയത്തിന്റെ ചരിത്രമെന്തെന്ന് ഓർമ്മിക്കുക എന്നതാണ്. എന്തുതന്നെയായാലും ആഗോളരാഷ്ട്രീയത്തിന്റെ പുതിയതും അപകടകരമായതുമായ ഒരുഘട്ടം ഇപ്പോൾ തുറന്നിരിക്കുന്നുവെന്നതിൽ ഈഗിൾട്ടണിനു സംശയമില്ല. അത് അക്കാദമിക് പണ്ഡിതന്മാർക്കും അവഗണിക്കാനാവില്ല. മുതലാളിത്തവിരുദ്ധ പ്രസ്ഥാനത്തിന്റെ ആവിർഭാവത്തിനു മുമ്പെങ്കിലും ഏറ്റവും നാശനഷ്ടമുണ്ടെന്ന് തെളിയിക്കപ്പെട്ടിട്ടുള്ളത് സംഘടിതവും ഫലപ്രദവുമായ രാഷ്ട്രീയ പ്രവർത്തനത്തിന്റെ ഓർമ്മകളുടെ അഭാവമാണ്. ഇതാണ് നിരവധി സമകാലീന സാംസ്കാരികാശയങ്ങൾക്ക് രൂപഭേദം വരുത്തിയത്. നമ്മുടെ ചിന്തയുടെ കേന്ദ്രത്തിൽ ഒരു ചരിത്രച്ചുഴിയുണ്ട് (vortext). സത്യത്തിൽനിന്ന് അത് നമ്മെ വലിച്ചതിലേക്കിടുകയാണ് എന്നു ഈഗിൾട്ടൺ പറയുന്നു. മറ്റുള്ളവരുടെ വിപ്ലവങ്ങൾ എല്ലായ്പ്പോഴും സ്വന്തമായതിനേക്കാൾ ആകർഷകമാണ്. എന്നാൽ, ഒരു വിപ്ലവം നടത്തുക എന്നത് ഒരു കാര്യമാണ്. അത് നിലനിർത്താൻ മറ്റൊന്ന്. സാറിസ്റ്റ് റഷ്യയുടെ ഏറ്റവും പിന്നാക്കാവസ്ഥയാണ് ബോൾഷെവിക് വിപ്ലവം സാദ്ധ്യമാക്കാൻ സഹായിച്ചതെന്ന് വ്ളാഡി

മെർ ലെനിൻ വിശ്വസിച്ചു. ഭരണകൂടത്തോടുള്ള പൗരന്മാരുടെ വിശ്വസ്തത ഉറപ്പുവരുത്തുന്നതുവഴി രാഷ്ട്രീയകലാപം തടയാൻ സഹായിക്കുന്ന തരത്തിലുള്ള നാഗരിക സ്ഥാപനങ്ങളുടെ കാര്യത്തിൽ റഷ്യ ഒരു ദരിദ്രരാജ്യമായിരുന്നു. അതിന്റെ അധികാരം കേന്ദ്രീകൃതമായിരുന്നു. ഭരണകൂടസംവിധാനത്തിൽ അത് കേന്ദ്രീകരിച്ചിരുന്നു. അതിനാൽ ഒരു പ്രഹരത്താൽ പരമാധികാരം പിടിച്ചെടുക്കുകയായിരുന്നു. സാമൂഹികഘടനയുടെയും ജനാധിപത്യത്തിന്റെയും പാരമ്പര്യങ്ങളുള്ള അവിദഗ്ദ്ധരായ, നിരക്ഷരരായ തൊഴിലാളികൾക്കും കൃഷിക്കാർക്കുമിടയിൽ ശാന്തമായ രാഷ്ട്രീയ വിരുദ്ധാധികാരങ്ങളാൽ വലയം ചെയ്യപ്പെട്ട ഒരു സാമ്പത്തിക പിന്നാമ്പുറത്തിൽ സോഷ്യലിസം കെട്ടിപ്പടുക്കുവാൻ കഴിഞ്ഞില്ല. അതിനുള്ള ശ്രമം സ്റ്റാലിനിസത്തിന്റെ ശക്തമായ സായുധ നടപടികൾക്ക് ആഹ്വാനം ചെയ്തു. അത് നിർമ്മിക്കാൻ ശ്രമിച്ച സോഷ്യലിസത്തെ അട്ടിമറിച്ചു. ഇരുപതാം നൂറ്റാണ്ടിൽ പടിഞ്ഞാറൻ കൊളോണിയൽ ഭരണത്തിൽനിന്ന് സ്വയം മോചിതരാകാൻ ശ്രമിച്ച പല രാജ്യങ്ങളെയും ഇതേ വിധി ബാധിച്ചു. ഒരു ദാരുണമായ വിരോധാഭാസം, സോഷ്യലിസം ഏറ്റവും ആവശ്യമുള്ളിടത്ത് അത് സാദ്ധ്യമല്ലെന്നു തെളിയിച്ചു. മൂന്നാം ലോകരാഷ്ട്രങ്ങൾ ഒറ്റയ്ക്ക് പോകാൻ പരാജയപ്പെട്ടതിന്റെ പശ്ചാത്തലത്തിലാണ് കോളനിയനന്തരവാദം ആദ്യമായി ഉയർന്നുവന്നതെന്നു ഈഗിൾട്ടൺ നിരീക്ഷിക്കുന്നു. മൂന്നാം ലോകവിപ്ലവങ്ങളുടെ യുഗാന്ത്യവും ആഗോളവല്ക്കരണത്തിന്റെ ആദ്യസ്ഫുരണവും അത് അടയാളപ്പെടുത്തി. അമ്പതുകളിലും അറുപതുകളിലും ദേശീയ മദ്ധ്യവർഗ്ഗത്തിന്റെ നേതൃത്വത്തിലുള്ള വിമോചനപ്രസ്ഥാനങ്ങൾ രാഷ്ട്രീയ പരമാധികാരത്തിന്റെയും സാമ്പത്തികസ്വാതന്ത്ര്യത്തിന്റെയും പേരിൽ തങ്ങളുടെ കൊളോണിയൽ യജമാനന്മാരെ പുറത്താക്കിയിരുന്നു. ഈ ലക്ഷ്യങ്ങൾക്കായി ഒരു ദരിദ്രജനതയുടെ ആവശ്യങ്ങൾ പ്രയോജനപ്പെടുത്തി മൂന്നാം ലോകവരേണ്യവർഗ്ഗത്തിന് ജനകീയ അസംതൃപ്തിയുടെ പശ്ചാത്തലത്തിൽ അധികാരത്തിൽ പ്രവേശിക്കാൻ കഴിയുമെന്ന് ഈഗിൾട്ടൺ വ്യക്തമാക്കുന്നു.

സോഷ്യലിസ്റ്റുകളെ സംബന്ധിച്ചിടത്തോളം കൊളോണിയൽ പോരാട്ടം വർഗ്ഗസമരമായിരുന്നു. അന്താരാഷ്ട്രമൂലധനത്തിന്റെ ശക്തിക്കെതിരായ സമരത്തെ അത് പ്രതിനിധീകരിച്ചു. പാശ്ചാത്യ മൂലധനവും ലോകത്തിലെ അദ്ധ്വാനിക്കുന്ന തൊഴിലാളികളും തമ്മിലുള്ള പോരാട്ടമായിരുന്നു അത്. എന്നാൽ, ഈ വർഗ്ഗ സംഘർഷം ദേശീയതലത്തിൽ രൂപപ്പെടുത്തിയതിനാൽ പില്ക്കാല കൊളോണിയലിസത്തിനുശേഷം വർഗ്ഗം എന്ന ആശയം കുറയുന്നതിന് ഇടയായി. വിപ്ലവാത്മക ദേശീയത ഇരുപതാം നൂറ്റാണ്ടിലെ ഏറ്റവും വിജയകരമായ റാഡിക്കൽ പ്രവാഹമായിരുന്നു. പാശ്ചാത്യരെന്ന ഒരു എതിരാളിക്കെതിരെ മൂന്നാം ലോക

ത്തിലെ വ്യത്യസ്ത സംഘങ്ങളും വർഗ്ഗങ്ങളും പോരാടി. ഈ എതിരാളിക്കെതിരായി വർഗ്ഗസമരം അനുമാനിച്ച പ്രവാഹ രൂപമായി രാഷ്ട്രം മാറി. അത് ഒരു വികല രൂപമായിരുന്നുവെന്നും അപര്യാപ്തമായിരുന്നെന്നും ഒടുവിൽ തെളിയും. വർഗ്ഗസമരം ആദ്യം ഒരു ദേശീയ രൂപമെടുക്കുമെന്ന് കമ്യൂണിസ്റ്റ് മാനിഫെസ്റ്റോ നിരീക്ഷിക്കുന്നുണ്ട്. പക്ഷേ, ഈ രൂപത്തിനും അതീതമായതാണ് അതിന്റെ ഉള്ളടക്കം. സ്വാതന്ത്ര്യത്തിനുവേണ്ടി വ്യത്യസ്ത സാമൂഹികവർഗ്ഗങ്ങളെ അണിനിരത്തുന്നതിനുള്ള ഒരു മാർഗ്ഗമായിരുന്നു രാഷ്ട്രം. ഇരുപതാംനൂറ്റാണ്ടിന്റെ മദ്ധ്യത്തോടെ റാഡിക്കൽ ആശയങ്ങളുടെ ഉയർന്ന സ്ഥാനത്തുനിന്നും താഴേക്ക് അതിന്റെ വളവ് ദൃശ്യമായിത്തുടങ്ങുന്നു. അധിനിവേശാനന്തര സിദ്ധാന്തങ്ങളധികവും അവയുടെ ശ്രദ്ധ, വർഗ്ഗം, രാഷ്ട്രം എന്നിവയിൽനിന്നും വംശീയതയിലേക്കു തിരിക്കുന്നതായി ഈഗിൾട്ടൺ കണ്ടെത്തുന്നു. അധിനിവേശാനന്തര സംസ്കാരത്തിന്റെ വ്യതിരിക്തമായ പ്രശ്നങ്ങൾ പലപ്പോഴും പാശ്ചാത്യസ്വത്വരാഷ്ട്രീയത്തിന്റെ വ്യത്യസ്ത ചോദ്യങ്ങളുമായി തെറ്റായി സ്വാംശീകരിക്കപ്പെട്ടിരുന്നുവെന്ന് ഇതർത്ഥമാക്കുന്നുവെന്ന് അദ്ദേഹം ചൂണ്ടിക്കാണിക്കുന്നു. വംശീയത പ്രധാനമായും ഒരു സാംസ്കാരിക വിഷയമായതിനാൽ ഈ ശ്രദ്ധാകേന്ദ്രവ്യതിചലനം രാഷ്ട്രീയത്തിൽനിന്നും സംസ്കാരത്തിലേക്കുള്ളതായിരുന്നു. പലവിധത്തിൽ ഇത് ലോകത്തിലെ യഥാർത്ഥമാറ്റങ്ങളെ പ്രതിഫലിപ്പിച്ചു. എന്നാൽ കോളനിവല്ക്കരണാനന്തരവാദത്തിന്റെ ചോദ്യങ്ങളെ അരാഷ്ട്രീയവല്ക്കരിക്കാനും അതിനുള്ളിലെ സംസ്കാരത്തിന്റെ റോൾ വർദ്ധിപ്പിക്കാനും ഇത് സഹായിച്ചു. പടിഞ്ഞാറൻ രാജ്യങ്ങളിലെതന്നെ വിപ്ലവാനന്തരകാലാവസ്ഥയെ പുതിയ രീതിയിലുമാക്കിത്തീർത്തു.

"ചില ഉത്തരാധുനികചിന്തകൾക്ക് സമവായം സ്വേച്ഛാധിപത്യവും ഐക്യദാർഢ്യവുമാണ്, ആത്മാവില്ലാത്ത ഐകരൂപ്യമല്ലാതെ മറ്റൊന്നുമല്ല". ഉത്തരാധുനികതയെ സമഗ്രതകൾ, സാർവ്വത്രിക മൂല്യങ്ങൾ, ബൃഹദ് ചരിത്രാഖ്യാനങ്ങൾ എന്നിവയെ നിരാകരിക്കുന്ന ചിന്തയുടെ സമകാലീന പ്രസ്ഥാനമെന്നാണ് ടെറി ഈഗിൾട്ടൺ നിർവ്വചിക്കുന്നത്. അത് സത്യം, ഐക്യം, പുരോഗതി എന്നിവയെ സംശയിക്കുന്നു. സംസ്കാരത്തിലെ വരേണ്യതയെ എതിർക്കുന്നു, സാംസ്കാരിക ആപേക്ഷികതയുടെ പ്രവണത കാണിക്കുന്നു. ഒപ്പം, ബഹുസ്വരത, വൈജാത്യം, അനനുസ്യൂതി എന്നിവയെ ആഘോഷിക്കുന്നു. ഉത്തരാധുനികവാദികൾ വ്യക്തിയുടെ യാഥാർത്ഥ്യത്തെ സംശയിക്കുകയും അതിനെ അരികുകളും ന്യൂനപക്ഷങ്ങളും ഉപയോഗിച്ച് എതിർക്കുകയും ചെയ്യുന്നു. രാഷ്ട്രീയമായി അത് ഫലഭൂയിഷ്ഠമാണെങ്കിലും അതിന് മുഖ്യധാരാ സാമൂഹിക ജീവിതത്തിൽ വലിയ മൂല്യമൊന്നുമില്ല. ഉത്തരാധുനികത അവരുടെ യാഥാസ്ഥിതിക എതിരാളികളിൽ ഏറ്റവും വിയോജി

പ്പുള്ളതായി കാണപ്പെടുന്ന ഒരുതരം വരേണ്യ, ഏകശിലാവീക്ഷണം മാത്രമാണെന്ന് ഈഗിൾട്ടൺ വ്യക്തമാക്കുന്നു. യാഥാസ്ഥിതിക സംസ്കാരം അരികുകളിലേക്ക് തള്ളി മാറ്റിയവയെ വീണ്ടെടുക്കുന്നതിൽ സംസ്കാരപഠനം സുപ്രധാനമായ പ്രവർത്തനങ്ങൾ നടത്തി. പറഞ്ഞറിയിക്കാനാവാത്തവിധം വേദനാജനകമായ ഇടങ്ങളാകാം ആ അരികുകൾ. കൂടാതെ, അവഗണിക്കപ്പെട്ടവർക്ക് നാവു നല്കാനോ, അവർക്ക് നാവു കണ്ടെത്താനോ, സംസ്കാരപഠനത്തിനു സാധിച്ചു. സ്ത്രീവാദം സംസ്കാരിക ഭൂപ്രകൃതിയെ മാറ്റിമറിച്ചു, നമ്മുടെ കാലത്തെ ധാർമ്മികതയുടെ മാതൃകയായി അത് മാറി. ന്യൂനപക്ഷങ്ങൾ എല്ലായ്പ്പോഴും ഭൂരിപക്ഷത്തേക്കാൾ കൂടുതൽ ഊർജ്ജസ്വലരാണെന്നു വിശ്വസിക്കുന്നത് ആധുനികകാലസാംസ്കാരിക ചിന്തകന്മാരാണ്. മാനദണ്ഡങ്ങൾ, ഐക്യങ്ങൾ, സമവായങ്ങൾ എന്നിവയ്ക്കെതിരായ ഒരു ഉത്തരാധുനിക മുൻവിധി രാഷ്ട്രീയമായി വിനാശകരമായ ഒന്നാണെന്നു തിരിച്ചറിയുകയും പരമ്പരാഗത മദ്ധ്യവർഗ്ഗത്തിന്റെ തകർച്ചയാണ് നമ്മുടെ കാലഘട്ടത്തിലെ ചരിത്രപരമായ സംഭവവികാസങ്ങളെന്നും ഈഗിൾട്ടൺ ചൂണ്ടിക്കാണിക്കുന്നു. ഇന്നത്തെ ചില സാംസ്കാരിക സിദ്ധാന്തങ്ങൾക്ക് റാഡിക്കലിസത്തിന്റെ അവസാനവാക്ക് സ്ഥിരതയുള്ള സ്വത്വത്തിന്റെ അഭാവമാണ്. സ്വത്വത്തിന്റെ അസ്ഥിരത അട്ടിമറിക്കലാണ്. ഇത് സമൂഹികമായി വലിച്ചെറിയപ്പെട്ടവർക്കും അവഗണിക്കപ്പെട്ടവർക്കും ഇടയിൽ പരീക്ഷിക്കുന്നത് രസകരമായിരിക്കുമെന്നും അദ്ദേഹം അഭിപ്രായപ്പെടുന്നു. വ്യക്തിയുടെ സ്വയംശാസനാധികാരം, വഴങ്ങാത്ത സാമൂഹിക, ലൈംഗിക മാനദണ്ഡങ്ങൾ ലോകത്തിന് ഉറച്ച ശക്തമായ ഒരടിത്തറയുണ്ടെന്ന വിശ്വാസം എന്നിവയെ ഉത്തരാധുനികത ചോദ്യം ചെയ്യുന്നു. ഉത്തരാധുനികത വ്യക്തിവാദത്തിൽ വിശ്വസിക്കുന്നില്ല. കാരണം അത് വ്യക്തികളിൽ വിശ്വസിക്കുന്നില്ല. അത് തൊഴിലാളിവർഗ്ഗ സമൂഹത്തിലും വലിയ വിശ്വാസമൊന്നും കാണിക്കുന്നില്ല. പകരം ബഹുസ്വരതയിൽ വിശ്വാസമർപ്പിക്കുന്നു. കഴിയുന്നത്ര വൈവിദ്ധ്യങ്ങളെ ഉൾക്കൊള്ളുന്ന ഒരു സാമൂഹികക്രമത്തിൽ വിശ്വസിക്കുന്നു.

മുതലാളിത്തം സ്വന്തം ആവശ്യങ്ങൾക്കായി പലപ്പോഴും ഭിന്നിപ്പിക്കലും ഒഴിവാക്കലും ഉപയോഗിക്കുന്നുവെന്നത് ശരിയാണ്. ഒഴിവാക്കലുകൾ ഒരുപാട് ആളുകളെ വേദനിപ്പിക്കുന്നു. രണ്ടാംതരം പൗരത്വത്തിന്റെ ദുരിതവും അപമാനവും ഒട്ടേറെ സ്ത്രീപുരുഷന്മാർ അനുഭവിച്ചിട്ടുണ്ട്. ആരെയാണ് ചൂഷണം ചെയ്യുന്നതെന്ന് പരിഗണിക്കേണ്ടതേയില്ല എന്നതാണ് തത്ത്വത്തിൽ മുതലാളിത്തം കുറ്റമറ്റരീതിയിൽ ഉൾക്കൊള്ളുന്ന ഒരു വിശ്വാസപ്രമാണം. ആരെയും വെറുതെ വിടാൻ ഒരുക്കവുമല്ല. ചരക്കുകൾ എല്ലാവരിലുമെത്തിക്കുകയാണ് അതിന്റെ ലക്ഷ്യം. ലാഭത്തിനായുള്ള വേട്ടയിൽ എത്രദൂരത്തോളവും സഞ്ചരിക്കും. എന്തു പ്രയാ

സവും സഹിക്കും. ഏത് മ്ലേച്ഛരെയും കൂടെക്കൂട്ടും. എന്തപമാനങ്ങളും സഹിക്കും. ആരെയും ഒറ്റും. ഏത് അതിർവരമ്പുകളും ലംഘിക്കും. വിശുദ്ധ പശുക്കളെയും കൊല്ലും. വളരുകയാണതിന്റെ ലക്ഷ്യം. അതിന്റെ ആഗ്രഹം അദൃശ്യവും ഇടം അനന്തവുമാണ്. എല്ലാ നിയമങ്ങളും ലംഘിക്കുന്നതാണ് അതിന്റെ നിയമം. ഒരു സോഷ്യലിസ്റ്റിനെ സംബന്ധിച്ചിടത്തോളം ഇന്ന് ലോകത്തിലെ യഥാർത്ഥ അഴിമതി മിക്കവാറും എല്ലാവരെയും പാർശ്വങ്ങളിലേക്ക് നാടുകടത്തുന്നു എന്നതാണ്. മുഴുവൻ ജനതകളും അതിരു (periphery) കളിലേക്ക് വലിച്ചെറിയപ്പെടുന്നു. മുഴുവൻ വർഗ്ഗങ്ങളും പ്രവർത്തനരഹിതമാണെന്ന് കണക്കാക്കുന്നു. സമൂഹത്തെ പിഴുതെറിയുകയും കുടിയേറ്റത്തിനു നിർബ്ബന്ധിക്കുകയും ചെയ്യുന്നു. ഇക്കാലഘട്ടത്തിലെ മിക്ക സാംസ്കാരികചിന്തകളും വരുന്നത് അമേരിക്കയിൽ നിന്നാണ്. ചില വംശീയന്യൂനപക്ഷങ്ങളെയും ലോകത്തിലെ മിക്ക വമ്പൻ കോർപ്പറേറ്റുകളുമുള്ള ഒരു രാജ്യം അരികുകളെ ന്യൂനപക്ഷങ്ങൾക്കുള്ളതായി കരുതുന്നിടത്തോളംകാലം ഈ പുറത്താക്കൽ നടന്നുകൊണ്ടേയിരിക്കുമെന്ന് ഈഗിൾട്ടൺ വ്യക്തമാക്കുന്നു. അമേരിക്കക്കാർക്ക് അരികുകളിലുള്ളവർ എന്നാൽ മെക്സിക്കൻ അല്ലെങ്കിൽ ആഫ്രിക്കൻ-അമേരിക്കൻ എന്നാണർത്ഥം. മറ്റു ദേശങ്ങളിലെ ആളുകളല്ല. അപരൻ ആരെന്നത് അവർക്ക് അത്ര പ്രധാനമല്ലെന്നു കരുതാവുന്ന സന്ദർഭങ്ങളേയുള്ളൂ അവരുടെ ദൃഷ്ടിയിൽ. അരികുവല്ക്കരിക്കപ്പെട്ടവരും ഭൂരിപക്ഷവും മാത്രമേയുള്ളൂ. എന്നാൽ, കൂട്ടായ്മയെന്ന ആശയത്തിൽനിന്ന് ലോകത്തിന് പിന്നോക്കം പോകാനാവില്ല. നമുക്ക് ഗോത്രവർഗ്ഗക്കാരും വേണം. സമൂഹത്തിന്റെ അനുയോജ്യമായ വലുപ്പം ദേശമെന്നറിയപ്പെടുന്നു. എന്നാൽ ചില ദേശീയവാദികൾപോലും ഇത് അഭികാമ്യമായ ഒരേയൊരു ഭൂപ്രദേശമായി കാണുന്നില്ല. പുരുഷന്മാർക്കും സ്ത്രീകൾക്കും സ്വാതന്ത്ര്യവും ചലനാത്മകതയും ആവശ്യമാണെങ്കിൽ അവർക്ക് പാരമ്പര്യവും അവകാശവും സംബന്ധിച്ച ബോധം അനിവാര്യമാകുന്നു. വേരുകൾതേടി പിന്നിലേക്കുപോകുന്ന ഒന്നുമില്ല. കുടിയേറ്റക്കാരന്റെ ഉത്തരാധുനികാരാധന ഉപനഗരവാസികളെയും ഗ്രാമീണരെയും പുച്ഛിക്കുന്നതിൽ അഭിമാനം കൊള്ളുകയും തങ്ങളുടെ നിർബ്ബന്ധിത നാടുകടത്തലിൽനിന്ന് ഒരു വരേണ്യയോഗ്യതാ പുണ്യം നേടിയെടുക്കുവാനുള്ള ത്വരയിൽ ഒടുങ്ങുകയും ചെയ്യുന്നു. അയാൾ ഒരു സാത്താനിക് കലാകാരനാണെന്ന് ടെറി ഈഗിൾട്ടൺ പറയുന്നു. ദാരിദ്ര്യം ആഗോളവസ്തുതയാണെങ്കിലും സമ്പന്നർ ഗ്ലോബലും ദരിദ്രർ ലോക്കലുമാണ്. സമ്പന്നർ പ്രദേശത്തിന്റെ നേട്ടങ്ങളെ അംഗീകരിക്കാൻ വരും. പക്ഷേ, പ്രദേശീയരെയല്ല. സമ്പന്നൻ നേട്ടങ്ങളാൽ സംരക്ഷിക്കപ്പെടുമ്പോൾ ദരിദ്രൻ അപ്പുറത്തുള്ള മാലിന്യഭൂമിയിൽ ഭക്ഷണത്തിനായി ചൂഷണം ചെയ്യപ്പെടുന്നു. അതിനിടയിൽ മുതലാളിത്തവിരുദ്ധപ്രസ്ഥാനം

ഗ്ലോബലും ലോക്കലും തമ്മിലുള്ള വൈവിദ്ധ്യവും ഐകരൂപ്യതയും തമ്മിലുള്ള പുതിയ ബന്ധങ്ങൾ രൂപപ്പെടുത്താൻ ശ്രമിക്കുകയാണ്.

## സിദ്ധാന്തത്തിന്റെ വൃദ്ധിക്ഷയങ്ങൾ

സാംസ്കാരികാശയങ്ങൾ അവ പ്രതിഫലിപ്പിക്കുന്ന ലോകത്തിനൊത്തു മാറുന്നു. ഏറ്റവും അപൂർവ്വമായ സിദ്ധാന്തങ്ങൾക്കുപോലും ചരിത്രത്തിൽ വേരുകൾ കണ്ടെത്താം. ടെറി ഈഗിൾട്ടൺ വ്യാഖ്യാനശാസ്ത്രത്തെ (Hermenutics) മുൻനിർത്തി അത്തരമൊരന്വേഷണം നടത്തുന്നുണ്ട്. ജർമ്മൻ തത്ത്വചിന്തകനായ ഫ്രെഡറിക് ഷ്ലിമാർക്കറാണ് ഹെർമന്യൂട്ടിക്സിന്റെ സ്ഥാപകപിതാവ് എന്ന് പൊതുവെ അംഗീകരിക്കപ്പെട്ടിട്ടുള്ള വസ്തുതയാണ്. ഒരു കൊളോണിയൽ ഏറ്റുമുട്ടലിൽനിന്നാണ് വ്യാഖ്യനകല പിറന്നത്. എന്നാൽ കൃത്യമായി പറഞ്ഞാൽ ഈ സിദ്ധാന്തത്തിന് പ്ലേറ്റോവരെ നീളുന്ന ചരിത്രം പറയാനുണ്ട്. സാംസ്കാരികസിദ്ധാന്തത്തിനും അതിന്റേതായ ചരിത്രമുണ്ട്. അതിനും പ്ലേറ്റോ വരെ പിന്നിലേക്കു പോകുന്ന വിവരങ്ങൾ നല്കാൻ കഴിയും. എന്നിരുന്നാലും ഇത് ശരിക്കും ഒരു അസാധാരണമായ ഒന്നരദശകത്തിന്റെ സൃഷ്ടിയാണ് (1965 മുതൽ 1980 വരെയുള്ള). എന്താണ് കാലഘട്ടത്തിന്റെ പ്രാധാന്യം? രണ്ടാം ലോകമഹായുദ്ധത്തിനുശേഷമുള്ള കാലത്താണ് സാംസ്കാരിക സിദ്ധാന്തത്തിന്റെ ആവിർഭാവം. ഇടതുപക്ഷരാഷ്ട്രീയം കാഴ്ചയിൽനിന്നു മങ്ങിപ്പോകുന്നതിനു മുമ്പ് പ്രാധാന്യത്തിലേക്കു വന്നു. പുതിയ സാംസ്കാരികാശങ്ങളുടെ വേരുകൾ പൗരാവകാശങ്ങളുടെയും വിദ്യാർത്ഥി കലാപത്തിന്റെയും കാലഘട്ടത്തിൽ ആഴത്തിലുണ്ടായിരുന്നു. ദേശീയ വിമോചനപ്രസ്ഥാനങ്ങൾ, യുദ്ധവിരുദ്ധ, ആണവവിരുദ്ധ പ്രചാരണങ്ങൾ, സ്ത്രീവാദപ്രസ്ഥാനത്തിന്റെ ആവിർഭാവം. സാംസ്കാരിക വിമോചനത്തിന്റെ ആധിപത്യം എന്നിവയായിരുന്നു ആ ചലനങ്ങൾ. ഉപഭോക്തൃസമൂഹം അഭവൃദ്ധി പ്രാപിച്ചു. മാധ്യമങ്ങൾ, ജനപ്രിയസംസ്കാരം, ഉപസംസ്കാരങ്ങൾ എന്നിവ സാമൂഹികശക്തികളായി ഉയർന്നുവന്നു. അതിൽ സാമൂഹ്യ അധികാരശ്രേണികളും പാരമ്പര്യവും ആക്ഷേപഹാസ്യാധിഷ്ഠിതാക്രമണത്തിനും, സമൂഹത്തിന്റെ മുഴുവൻ സംവേദനക്ഷമത വിധേയമായി. അടിമത്തത്തിനെതിരെയുള്ള അസംതൃപ്തി വ്യാപകമായി. എവിടെ അസംതൃപ്തിയുണ്ടോ അവിടെ ദാർശനികമായ പ്രതീക്ഷയുമുണ്ടാകും. മുതലാളിത്തത്തിൽ കുതിച്ച പുതുസാംസ്കാരികാംശങ്ങൾ അസാധാരണമായ സംഭവവികാസമായിരുന്നു. പരമ്പരാഗതമായി സംസ്കാരം മുതലാളിത്തത്തിന്റെ വിപരീതത്തെ സൂചിപ്പിക്കുന്നു. സംസ്കാരം എന്ന ആശയം വളർന്നത് മദ്ധ്യവർഗ്ഗസമൂഹത്തിന്റെ ഒരു വിമർശനമായിട്ടാണ്, സഖ്യകക്ഷിയായിട്ടല്ല. സംസ്കാരം വിലകളേക്കാൾ മൂല്യങ്ങളെയും വസ്തു

ക്കളേക്കാൾ ധാർമ്മികതയെയും കുറിച്ചുള്ളതായിരുന്നു. ചില ലജ്ജാകരമായ പ്രയോജനോദ്ദേശ്യങ്ങൾക്കു പകരം മനുഷ്യശക്തികൾ അവയിൽത്തന്നെ അവസാനിപ്പിക്കുന്നതിനെക്കുറിച്ചായിരുന്നു അത്. അത്തരം ശക്തികൾ ആകർഷണീയമായ ഒരു സമഗ്രത സൃഷ്ടിച്ചു. വ്യാവസായിക മുതലാളിത്തത്തിന് പ്രയോജനമില്ലാത്ത മൂല്യങ്ങൾക്കും ഊർജ്ജത്തിനും അഭയം തേടാൻ കഴിഞ്ഞ ഒന്നായിരുന്നു അത്. അറുപതുകളിലും എഴുപതുകളിലും സിനിമ, ഇമേജ്, ഫാഷൻ, ജീവിതശൈലി, മാർക്കറ്റിങ്, പരസ്യം, ആശയവിനിമയമാധ്യമങ്ങൾ എന്നിവയെ അർത്ഥമാക്കുന്ന ഒരു സംജ്ഞയായിത്തീർന്നു സംസ്കാരം. ചിഹനങ്ങളും കാഴ്ചകളും സാമൂഹികജീവിതത്തിലുടനീളം വ്യാപിച്ചു. സാംസ്കാരികമായ അമേരിക്കനൈസേഷനെക്കുറിച്ച് യൂറോപ്പിൽ ഉൽക്കണ്ഠകളുണ്ടായിരുന്നുവെന്ന് ഈഗിൾട്ടൺ നിരീക്ഷിക്കുന്നു. പൂർണ്ണതയിലെത്താത്ത സമ്പന്നത കൈവരിക്കലായിരുന്നു അതെന്ന് തോന്നി എന്ന് അദ്ദേഹം കൂട്ടിച്ചേർക്കുന്നു. സാംസ്കാരിക അല്ലെങ്കിൽ ജീവിതനിലവാര പ്രശ്നങ്ങളെ അത് കുത്തനെ മുമ്പിലെത്തിച്ചു. മൂല്യം, പ്രതീകം, ഭാഷ, കല, പാരമ്പര്യം, സ്വത്വം എന്നീ അർത്ഥങ്ങളിൽ ഫെമിനിസം, കുപ്പധികാരം പോലുള്ള പുതിയ സാമൂഹികപ്രസ്ഥനങ്ങൾക്ക് അത് ശ്വാസം നല്കി. അത് വിയോജിപ്പിന്റെ പക്ഷത്തായിരുന്നു, ലയമാർന്ന പരിഹാരമല്ലായിരുന്നു. പുതുതായി കൂട്ടിച്ചേർത്ത തൊഴിലാളിവർഗ്ഗകലാകാരന്മാരുടെയും വിമർശകന്മാരുടെയും ജീവരക്തം കൂടിയായിരുന്നു അത്. അവർ ഉന്നത സംസ്കാരത്തിന്റെയും ഉന്നത വിദ്യാഭ്യാസത്തിന്റെയും കൊത്തളങ്ങളെ ആദ്യമായി ഉറക്കെ ഉപരോധിച്ചു. അതോടെ സാംസ്കാരികവിപ്ലവമെന്ന ആശയം മൂന്നാലോകമെന്നു പറയപ്പെടുന്നിടത്തുനിന്നും സമ്പന്നമായ പടിഞ്ഞാറോട്ട് കുടിയേറി, ഫാനണ്ഡ മാർക്യൂസ്, റീച്ച്, ബോവർ, ഗ്രാംഷി, ഗോദാർദ് എന്നിവരുടെ തലക്കനത്തിൽ. അതേസമയം അറിവിന്റെ ഉപയോഗത്തെച്ചൊല്ലി തെരുവുകളിൽ സംഘർഷം ഉടലെടുത്തു. അറിവിനെ സൈനികവും സാങ്കേതികവുമായ ഹാർഡ്വെയറുകളാക്കി മാറ്റാനാഗ്രഹിക്കുന്നവരും അല്ലെങ്കിൽ ഭരണപരമായ നിയന്ത്രണത്തിന്റെ തന്ത്രമാക്കി മാറ്റാനാഗ്രഹിക്കുന്നവരും രാഷ്ട്രീയ വിമോചനത്തിനുള്ള ഒരു അവസരമായി അതിനെ കണ്ടവരും തമ്മിലുള്ള കലഹമായിരുന്നു അത്. "പരമ്പരാഗത സംസ്കാരത്തിന്റെ ആസ്ഥാനമായിരുന്ന സർവ്വകലാശാലകൾ, താല്പര്യമില്ലാത്ത അന്വേഷണത്തിന്റെ കോട്ടകൾ, ഒരു ക്ഷണികനിമിഷമായി മാറി, അസാധാരണമാംവിധം, രാഷ്ട്രീയപ്പോരാട്ടമെന്ന നിലയിൽ സംസ്കാരത്തിന്റെ കോക്ക്പിറ്റുകൾ."

ഘടനാവാദം ഒരു പുതിയ ബൗദ്ധികഫാഷനായിത്തീർന്നു. അത് നിലവിലുള്ള സാമൂഹികക്രമത്തെ വെല്ലുവിളിക്കുകയും അതിനെ പ്രതിഫലിപ്പിക്കുകയും ചെയ്തു. പോസ്റ്റ് സ്ട്രക്ചറലിസവും പോസ്റ്റ് മോഡേ

ണിസവും സമാനമായ സന്ദിഗ്ദ്ധാർത്ഥത്തെ തെളിയിച്ചു. എഴുപതുകളുടെ തുടക്കത്തിൽത്തന്നെ ഉത്തരാധുനിക സംസ്കാരത്തിന്റെ മിന്നലാട്ടം കണ്ടുതുടങ്ങി. സംസ്കാരസിദ്ധാന്തത്തിന്റെ ദിനങ്ങൾ എൺപതുകൾ മുതലാരംഭിച്ചു. പരാജയപ്പെട്ട ഒരു രാഷ്ട്രീയ ഇടതുപക്ഷത്തിന്റെ ബദലായിരുന്നില്ല വ്യവഹാരത്തിന്റെയും വ്യതിചലനത്തിന്റെയും കാമനയുടെയും പുതിയ സിദ്ധാന്തങ്ങൾ. അതിനെ കൂടുതൽ ആഴത്തിലാക്കാനും സമ്പന്നമാക്കാനുമുള്ള വഴികളായിരുന്നു. കല, ആനന്ദം, ലിംഗഭേദം, അധികാരം, ലൈംഗികത, ഭാഷ, ഭ്രാന്ത്, കാമന, ആത്മീയത, കുടുംബം, ശരീരം, ആവാസവ്യവസ്ഥ, അബോധം, വംശീയത, ജീവിതശൈലി, അധീശത്വം (hegemony) എന്നിങ്ങനെ പരമ്പാരഗത ഇടതുപക്ഷത്തെ എന്താണ് അവഗണിക്കരുതാത്തതെന്ന് ഓർമ്മിപ്പിക്കാൻ സാംസ്കാരിക സിദ്ധാന്തം അവിടെയുണ്ടായിരുന്നു. പാശ്ചാത്യ മാർക്സിസമെന്നറിയപ്പെടുന്ന പാരമ്പര്യത്തിൽ സംസ്കാരം വളരെ വലുതാണ്. ലൂക്കാച്ച്, വാൾട്ടർ ബെഞ്ചമിൻ, അന്റോണിയോ ഗ്രാംഷി, വിൽഹെം റീച്ച്, മാക്സ് ഹോർകൈമർ, ഹെർബെർട്ട് മാർക്യൂസ്, തിയോഡോർ അഡോർണോ, ഏണസ്റ്റ് ബ്ലോക്ക്, ലൂഷ്യൻ ഗോൾഡ്മൻ, ജീൻപോൾ സാർത്ര്, ഫ്രെഡ്റിക്ക് ജയിംസൺ തുടങ്ങിയവർ ലൈംഗികതയും പ്രതീകാത്മകതയും കലയും അബോധവും ജീവിതാനുഭവവും ബോധത്തിന്റെ പരിവർത്തനങ്ങളും അവഗണിച്ച ചിന്തകരല്ല. ഇരുപതാം നൂറ്റാണ്ടിൽ അത്തരം ചിന്തയുടെ സമ്പന്നമായ ഒരു പൈതൃകവുമില്ല. ഈ പൈതൃകത്തിൽനിന്നാണ് ആധുനിക കാലത്തെ സാംസ്കാരിക പഠനങ്ങൾ അതിന്റെ സൂചനകൾ എടുത്തത്, അതിൽ ഭൂരിഭാഗവും അതിന്റെ മുൻഗാമികളുടെ ഇളംനിഴലാണ്.

പാശ്ചാത്യമാർക്സിസത്തിന്റെ സംസ്കാരത്തിലേക്കുള്ള വ്യതിയാനം ഭാഗികമായി രാഷ്ട്രീയ ബലിഹീനതയിൽനിന്നും നൈരാശ്യത്തിൽനിന്നുമാണുണ്ടായത്. ഫ്രാങ്ക്ഫുർട്ട് കളരിക്കാർക്ക് സാംസ്കാരികവും ദാർശനികവുമായ ചോദ്യങ്ങളുടെ നേർക്കുള്ള അവരുടെ രാഷ്ട്രീയാഭയഭവനരാഹിത്യത്തിന് ഒരു പരിഹാരം അതിലൂടെ നേടാൻ സാധിച്ചു. മാർക്സിസം ലിംഗഭേദത്തെയും ലൈംഗികതയെയും മാറ്റിനിർത്തിയിരുന്നെങ്കിലും ആ വിഷയങ്ങളെക്കുറിച്ച് പറയാനുള്ളത് അവഗണിച്ചിരുന്നില്ല. ബോൾഷെവിക്കുകൾ സ്ത്രീകളുടെ തുല്യതയ്ക്ക് ഉയർന്ന പരിഗണന നല്കി. മാർക്സിസം പരിസ്ഥിതിയെക്കുറിച്ച് നിശ്ശബ്ദത പാലിച്ചു. ആദ്യകാലമാർക്സിലും പിന്നീട് സോഷ്യലിസ്റ്റ് ചിന്താഗതിക്കാരിലും പ്രകൃതിയെക്കുറിച്ചുള്ള ചിന്തകളുടെ പ്രതിഫലനങ്ങൾ കാണാം. അബോധത്തെ മാർക്സിസം അവഗണിച്ചിരുന്നില്ല. ഒരു ബൂർഷ്വാകണ്ടുപിടിത്തമായി അതിനെ കൈയിൽനിന്ന് വിട്ടുകളഞ്ഞു. എന്നിട്ടും, മാർക്സിസ്റ്റ് മനഃശാസ്ത്രജ്ഞൻ വിൽഹെം റീഹിനെപ്പോലുള്ള ചില അപവാദങ്ങൾ

ചൂണ്ടിക്കാണിക്കുവാൻ കഴിയും. മാർക്സിസ്റ്റ് തത്ത്വചിന്തകനായ ഹെർബർട്ട് മാർക്യൂസിനെപ്പോലെയുള്ളവരുടെ ചിന്തകളിൽ ആനന്ദവും കാമനയും ഒരു പ്രധാന ധർമ്മം വഹിക്കുന്നതായി കാണാം. ഫ്രഞ്ച് പ്രാതിഭാസിക വിജ്ഞാനീയ ഇടത് തത്ത്വചിന്തകനായ മോറിസ് മെർലിയൂ പോൺടിയുടെ *phenomenology of perception* (1945) ശരീരത്തെക്കുറിച്ച് ഇതുവരെ എഴുതപ്പെട്ട ഏറ്റവും മികച്ച പുസ്തകങ്ങളിലൊന്നാണ്. പ്രാതിഭാസിക വിജ്ഞാനീയത്തിന്റെ സ്വാധീനത്തിലൂടെയാണ് ചില മാർക്സിസ്റ്റ് ചിന്തകർ ജീവിതാനുഭവത്തിന്റെയും ദൈനംദിന ജീവിതത്തിന്റെയും ചോദ്യങ്ങളുമായി ഇടപഴകാൻ വന്നത്.

വംശം, രാഷ്ട്രം, കൊളോണിയലിസം, വംശീയത എന്നിവയെക്കുറിച്ച് മാർക്സിസത്തിന് ഒന്നും പറയാനില്ലെന്ന ആരോപണവും തെറ്റാണെന്ന് ഈഗിൾട്ടൺ സമർത്ഥിക്കുന്നു. ഇരുപതാം നൂറ്റാണ്ടിലെ ദേശീയതയുടെയും കൊളോണിയലിസത്തിന്റെയും പ്രശ്നങ്ങൾ, ലിംഗഭേദം സംബന്ധിച്ച വ്യവസ്ഥകൾ എന്നിവ ആസൂത്രിതമായി ഉന്നയിക്കുകയും ചർച്ച ചെയ്യുകയും ചെയ്ത ഒരേയൊരു ഇടമാണ് മാർക്സിസ്റ്റ് പ്രസ്ഥാനമെന്ന് അദ്ദേഹം ഓർമ്മിപ്പിക്കുന്നു. റോബർട്ട് ജെ സി യങ് എഴുതുന്നു, കമ്യൂണിസമാണ് വ്യത്യസ്ത രൂപങ്ങളിലുള്ള ആധിപത്യങ്ങളെയും ചൂഷണങ്ങളെയും (വർഗ്ഗം, ലിംഗം, കൊളോണിയലിസം) അവയുടെ പരസ്പര ബന്ധത്തിൽ കണ്ടതും അവയുടെയെല്ലാം നിർമ്മാർജ്ജനത്തിന്റെ അനിവാര്യതയെ ഓരോന്നിന്റെയും വിമോചനത്തിന്റെ വിജയകരമായ യഥാർത്ഥീകരണത്തിന്റെ മൗലികമായ അടിസ്ഥാനമായും തിരിച്ചറിഞ്ഞ ആദ്യത്തെയും ഒന്നേയൊന്നുമായ രാഷ്ട്രീയ പരിപാടി." കഴിഞ്ഞ നാലു പതിറ്റാണ്ടുകാലത്തെ റാഡിക്കൽ പ്രസ്ഥാനങ്ങളായ ഫെമിനിസം, പരിസ്ഥിതിവാദം, ലൈംഗികന്യൂനപക്ഷവാദം തുടങ്ങിയവയൊക്കെ മാർക്സിസത്തിനു പുറത്താണ് മുളച്ചുപൊന്തിയതെന്ന ആരോപണത്തെ ഖണ്ഡിക്കുവാനായി *എന്തുകൊണ്ട് മാർക്സ് ശരിയായിരുന്നു?* (*why marx was right*) എന്ന ഗ്രന്ഥത്തിലും ഈഗിൾട്ടൺ യങ്ങിന്റെ ഇതേ വാക്കുകൾ ഉദ്ധരിക്കുന്നുണ്ട്. മാർക്സിസത്തിനെതിരെ ലോകവ്യാപകമായി ഉന്നയിക്കപ്പെട്ട പത്ത് വിമർശനങ്ങൾക്ക് ടെറി ഈഗിൾട്ടൺ ഈ ഗ്രന്ഥത്തിലൂടെ മറുപടി നല്കുന്നു. ആ വിമർശനങ്ങളിൽ പലതും ആഫ്റ്റർ തിയറിയിൽ അദ്ദേഹം പരാമർശിക്കുന്നുണ്ട്.

സോവിയറ്റ് ഗവൺമെന്റിന്റെ മുൻഗണനകളിൽ ലെനിൻ കൊളോണിയൽ വിപ്ലവത്തെ മുൻപന്തിയിലാണ് നിർത്തിയത്. ഇന്ത്യ, ആഫ്രിക്ക, ലാറ്റിനമേരിക്ക, മറ്റിടങ്ങൾ എന്നിവിടങ്ങളിലെ കൊളോണിയൽ വിരുദ്ധപോരാട്ടങ്ങൾക്ക് മാർക്സിസ്റ്റ് ആശയങ്ങൾ നിർണ്ണായകമായെന്ന് ഈഗിൾട്ടൺ എഴുതുന്നു. വാസ്തവത്തിൽ കൊളോണിയൽ വിരുദ്ധപ്രചാരണങ്ങളുടെ പ്രധാന പ്രചോദനം മാർക്സിസമായിരുന്നു. ഇരുപതാം

നൂറ്റാണ്ടിലെ മഹാന്മാരായ കൊളോണിയൽ വിരുദ്ധ സൈദ്ധാന്തികരും രാഷ്ട്രീയ നേതാക്കളും പടിഞ്ഞാറൻ രാജ്യങ്ങളിൽ നിന്നു വിദ്യാഭ്യാസം നേടിയവരായിരുന്നു. ഗാന്ധിജി ഉദാഹരണം. പാശ്ചാത്യ മാർക്സിസത്തിൽ നിന്നും നിരന്തരം പഠിച്ചവരായിരുന്നു. മിക്ക മാർക്സിസ്റ്റ് രാജ്യങ്ങളും non-european നുമായിരുന്നു. പാശ്ചാത്യർക്ക് അറിയാവുന്നതുപോലെ സാംസ്കാരിക രാഷ്ട്രീയം തന്നെ മൂന്നാം ലോകചിന്തകരായ കാസ്ട്രോ, കബ്രാൽ, ഫാനൻ, ജയിംസ് കൊണോളി എന്നിവരുടെ സൃഷ്ട്രിയായിരുന്നുവെന്ന് വാദമുണ്ട്. ചില ഉത്തരാധുനിക ചിന്തകന്മാർ മൂന്നാം ലോകയുയുത്സുക്കൾക്ക് മാർക്സിസംപോലുള്ള അധീശ പാശ്ചാത്യയുക്തിയുടെ ആവിഷ്കാരങ്ങൾ അവലംബിക്കേണ്ടിവന്നത് ഒരു ദയനീയ സാഹചര്യമാണെന്ന് സംശയലേശമെന്യേ കരുതുന്നു. കമ്യൂണിസ്റ്റ് പ്രസ്ഥാനം ചില പ്രധാന ചോദ്യങ്ങളുടെ നേർക്ക് കുറ്റകരമായി മൗനം പാലിച്ചുവെന്നത് ശരിയാണ്. എന്നാൽ, മാർക്സിസമെന്നത് ജീവിതത്തിന്റെ തത്ത്വചിന്തയോ അല്ലെങ്കിൽ പ്രപഞ്ചത്തിന്റെ രഹസ്യമോ അല്ല. ചരിത്രപരമായി ഒരു ഉല്പാദന രീതി മറ്റൊന്നിലേക്കു മാറുന്നതിന്റെ ഒരു വിവരണമാണത്. അറുപതുകളിലും എഴുപതുകളിലും ഉയർന്നുവന്ന സാംസ്കാരിക സിദ്ധാന്തത്തെ ക്ലാസിക്കൽ മാർക്സിസത്തിന്റെ വിമർശനമായി കാണാം. ശത്രുതാപരമായ പ്രതികരണത്തേക്കാൾ സഖിത്വ സമീപനമാണ് അവർക്കുണ്ടായിരുന്നത്. ഏഷ്യയിലെയും ആഫ്രിക്കയിലെയും പുതിയ വിപ്ലവ ദേശീയ പ്രസ്ഥാനങ്ങളുടെ സൈദ്ധാന്തിക മാർഗ്ഗവെളിച്ചമായിരുന്നു മാർക്സിസം. മാർക്സിസവും ഫെമിനിസവും തമ്മിൽ ചൂടേറിയതും എന്നാൽ ഉല്പാദകവുമായ സംവാദം നടന്നു. പല മാർക്സിസ്റ്റാശയങ്ങളും പൊളിച്ചെഴുതേണ്ടതിന്റെ ആവശ്യകത അൾത്തൂസറിനു ബോദ്ധ്യമായി. ക്ലോദ് ലെവിസ്ട്രോസും ഒരു മാർക്സിസ്റ്റായിരുന്നു. അദ്ദേഹത്തിനു പക്ഷേ, താല്പര്യം നരവംശശാസ്ത്രത്തിലായിരുന്നു. സെമിയോട്ടിക്സിൽ, ശോചനീയമായി അപര്യാപ്തമാണ് മാർക്സിസമെന്നു റൊളാങ് ബാർത്തിനു തോന്നി. അദ്ദേഹവും ഒരു ഇടതുചിന്തകനായിരുന്നു. ഭാഷ, കാമന, ഉടൽ എന്നിവയിൽ വ്യാപരിച്ച ചിന്തക ജൂലിയ ക്രിസ്തേവ അവയൊന്നും മാർക്സിസ്റ്റ് അജണ്ടയ്ക്ക് നേതൃത്വം നല്കിയിരുന്നില്ലെന്നു കരുതി. എന്നിട്ടും അവർ മാർക്സിസ്റ്റ് രാഷ്ട്രീയവുമായി അടുത്തബന്ധം പുലർത്തി.

ലിയോത്താർഡ് വിവര സിദ്ധാന്തത്തിനും കലാപരമായ അവാങ്ഗാർഡിനും മാർക്സിസം അപ്രസക്തമാണെന്നു കണ്ടെത്തി. അക്കാലത്തെ അവാങ്ഗാദ് സാംസ്കാരിക ജേർണലായ *Tel Quel* സ്റ്റാലിനിസത്തിന് അനായാസം ഒരു ബദൽ കണ്ടെത്തി മാവോയിസം. അതിനെക്കുറിച്ച് ടെറി ഈഗിൾട്ടണിന്റെ നിരീക്ഷണം അദ്ദേഹത്തിന്റെ നർമ്മബോധത്തിനുള്ള തെളിവുകൂടിയാണ്. ഹെറോയിനു പകരം കൊക്കെയിൻ. മറ്റുപലരും ട്രോട്സ്കിയിസത്തിലാണ് ബദൽ കണ്ടെത്തിയത്. പരാതി

പ്പട്ടിക ഇനിയും വിപുലീകരിക്കാമെന്ന് ഈഗിൾട്ടൺ. അപനിർമ്മാണത്തെ ഒരു തരം റാഡിക്കലൈസ്ഡ് മാർക്സിസമായിട്ടാണ് ദറിദ കണ്ടത്. ഇത് ശരിയാണെങ്കിലും അല്ലെങ്കിലും കിഴക്കൻ യൂറോപ്പിലെ ചില ബൗദ്ധിക വൃത്തങ്ങളിലെ കമ്യൂണിസ്റ്റ് വിരുദ്ധ വിയോജിപ്പുള്ള ഒരുതരം സങ്കേതമായി അപനിർമ്മാണം കുറച്ചു കാലം പ്രവർത്തിച്ചു എന്ന് ഈഗിൾട്ടൺ സമ്മതിക്കുന്നു. ഫൂക്കോ അധികാരം, ഭ്രാന്ത്, ലൈംഗികത എന്നിവസംബന്ധിച്ച ചോദ്യങ്ങൾക്ക് മാർക്സിസം പരിഗണന നല്കുന്നില്ല എന്ന് കണ്ടെത്തി. എങ്കിലും, അതിന്റെ പൊതു പരിസരത്തിൽ അദ്ദേഹം തുടരാനാഗ്രഹിച്ചു. മാർക്സിസം ഫൂക്കോയുടെ പ്രധാന കൃതികളിലെല്ലാം ഒരു നിശ്ശബ്ദ ഭാഷകനെ നല്കുന്നുണ്ടെന്ന് ഈഗിൾട്ടൺ പറയുന്നു. ഫ്രഞ്ച് സോഷ്യോളജിസ്റ്റ് ഹെൻറി ലെഫിബേർ ക്ലാസിക്കൽ മാർക്സിസം ദൈനംദിന ജീവിതത്തെക്കുറിച്ചുള്ള സങ്കല്പം ഇല്ലാതാക്കിയെന്നു വിശ്വസിച്ചു. 1968 ലെ തീവ്രവാദികളിൽ ശക്തമായ സ്വാധീനം ചെലുത്തുന്നു എന്നതായിരുന്നു അദ്ദേഹത്തിന്റെ ആശയം. പിയറി ബോർദ്യുവിന്റെ പ്രതീകാത്മക മൂലധനം എന്ന സങ്കല്പം മാർക്സിസ്റ്റ് സിദ്ധാന്തം കൊള്ളയടിച്ചു നിർമ്മിച്ചതാണ്. റെയ്മണ്ട് വില്യംസ് മാർക്സിസ്റ്റാണോ എന്ന് തീർച്ചപ്പെടുത്താൻ കഴിയാതിരുന്നത് അദ്ദേഹത്തിന്റെ ദൗത്യത്തിന്റെ കരുത്തുകൊണ്ടു മാത്രമാണെന്ന് ഈഗിൾട്ടൺ എഴുതുന്നു. ബ്രിട്ടനിലും യു എസിലുമുള്ള നവ ഇടതുപക്ഷത്തിൽ ഭൂരിപക്ഷത്തിനും ഇത് ബാധകമാണ്.

എല്ലാ നവസാംസ്കാരിക ചിന്തകർക്കും മാർക്സിസ്റ്റ് ആശയങ്ങളുമായി ഇങ്ങനെ ഒരു സമ്പൂർണ്ണ ബന്ധം ഉണ്ടായിരുന്നില്ല. എങ്കിലും, അവരിൽ ഭൂരിഭാഗവും മാർക്സിസവുമായുള്ള അസാധാരണ സർഗ്ഗാത്മക സംവാദത്തിൽ നിന്നാണു ജനിച്ചതെന്നു പറയുന്നതിൽ തെറ്റില്ല. ഫ്രാൻസിൽ ഈ സംവാദം മാർക്സിസവും മാനവികതയും സാർത്രിന്റെ അസ്തിത്വവാദവും തമ്മിലുള്ള മറ്റൊരു പുതു സൗഹൃദം സ്ഥാപിച്ചു. ഇരുപതാം നൂറ്റാണ്ടിന്റെ ആത്യന്തിക ചക്രവാളത്തെ മാർക്സിസം പ്രതിനിധീകരിക്കുന്നു. ഒരാൾക്ക് അത് അവഗണിക്കാം, പക്ഷേ, മറികടക്കാനാവില്ല. മാർക്സിസത്തിന് എന്തെങ്കിലും ചീത്തപ്പേരുണ്ടെങ്കിൽ അത് നേടാനുണ്ടായ കാരണം മാർക്സിസമെന്താണെന്ന കൃത്യമായ ധാരണ ഇല്ലാത്തതാണെന്നു ഈഗിൾട്ടൺ സംശയിക്കുന്നു. സിദ്ധാന്തത്തിന് കർശനമായ ഒരു നിർവ്വചനമുണ്ടെങ്കിൽ വ്യതിചലനത്തെയും മറ്റ് പതിപ്പുകളെയും അളക്കാൻ കഴിയും.

മാർക്സിസത്തിന്റെ പ്രതിസന്ധി ബർലിൻ മതിലിന്റെ തകർച്ചയോടെ ആരംഭിച്ചതല്ലെന്ന് ഈഗിൾട്ടൺ വ്യക്തമാക്കുന്നു. അറുപതുകളുടെ അവസാനത്തിലും ഏഴുപതുകളുടെ തുടക്കത്തിലുമുള്ള രാഷ്ട്രീയ റാഡിക്കലിസത്തിന്റെ ഹൃദയഭാഗത്ത് അത് അനുഭവപ്പെടുന്നു. മാത്രമല്ല പ്രകോപനപരമായ പുതിയ ആശയങ്ങളും അതിന് പ്രേരകശക്തി

യായി. ബൃഹദാഖ്യാനങ്ങളെന്നു വിളിക്കുന്നതിനെ ലിയോത്താർഡ് നിരസിച്ചപ്പോൾ അദ്ദേഹം ആദ്യം ഉപയോഗിച്ച സംജ്ഞ ലളിതമായി പറഞ്ഞാൽ മാർക്സിസമെന്നായിരുന്നു. ചെക്കോസ്ലോവാക്യയിലെ സോവിയറ്റ് കടന്നു കയറ്റം അറുപത്തെട്ടിലെ വിദ്യാർത്ഥിപ്രക്ഷോഭത്തിന്റെ അതേ കാലത്താണ് സംഭവിച്ചത്. ഇടതുപക്ഷം ആദ്യം തഴച്ചുവളരുന്നതും പിന്നീട് തളരുന്നതും ഒരു ചോദ്യമായിരുന്നില്ല. 'ക്ലാസിക്കൽ മാർക്സിസം എത്രത്തോളം പോയോ അത്രത്തോളം, പുഴു മുമ്പേ മുകുളത്തിലുണ്ടായിരുന്നു, സർപ്പം തോട്ടത്തിൽ രഹസ്യമായി ചുരുണ്ടു' (*ആഫ്റ്റർ തീയറി*, പുറം. 38).

പടിഞ്ഞാറൻ രാജ്യങ്ങളിൽ സ്റ്റാലിനിസത്തിന്റെ അതിനിഷ്ഠുരത മൂലം മാർക്സിസം ഏറെ ദുഷ്കീർത്തി സമ്പാദിച്ചു. പക്ഷേ, മുതലാളിത്തത്താൽ വന്ന മാറ്റമാണതിനു കാരണമെന്നു വിശ്വസിച്ചവരും ഉണ്ടായിരുന്നു. എന്നാൽ, ഉല്പാദനത്തേക്കാൾ ഉപഭോഗത്തെ, യാഥാർത്ഥ്യത്തേക്കാൾ പ്രതിച്ഛായയെ, പരുത്തി മില്ലുകളെക്കാൾ മാധ്യമങ്ങളെ ചുറ്റിപ്പറ്റിയുള്ള ഒരു പുതിയ തരം മുതലാളിത്ത വ്യവസ്ഥയുമായി ഇത് പൊരുത്തപ്പെടുന്നില്ലെന്നു തോന്നി. (പുറം. 38). നേരിടാൻ തയ്യാറാകാത്ത മാറിക്കൊണ്ടിരിക്കുന്ന പാരിസ്ഥിതിക - സാമൂഹിക സാഹചര്യങ്ങളും കാരണമായിരുന്നു. മറ്റൊരു വിധത്തിൽ പറഞ്ഞാൽ സംസ്കാരത്തിന്റെ ചോദ്യങ്ങളാൽ സമൂലമായ ശ്രദ്ധ കേന്ദ്രീകരിച്ചതോടെ മാർക്സിസം സാമ്പത്തിക അടിത്തറയെന്ന സൈദ്ധാന്തിക പ്രാധാന്യത്തെ സംവാദങ്ങളിൽനിന്ന് മാറ്റി നിർത്തി. പ്രക്ഷുബ്ധമായ ആ വർഷങ്ങളിൽ സാംസ്കാരിക സിദ്ധാന്തം പ്രാമുഖ്യം നേടിയതിൽ അതിശയിക്കാനില്ല എന്ന് ഈഗിൾട്ടൺ നിരീക്ഷിക്കുന്നു. അച്ചടക്കം ഇല്ലെങ്കിൽ സംസ്കാരത്തിന്റെ വിദ്യാർത്ഥികൾ രാഷ്ട്രീയമായി റാഡിക്കലാവും. കലാചരിത്രം, സാഹിത്യം തുടങ്ങിയവയ്ക്ക് വ്യക്തമായ ഭൗതിക പ്രതിഫലമില്ലാത്തതിനാൽ അതു നല്കുന്ന മുതലാളിത്തത്തിലേക്ക് അവർ ആകർഷിക്കപ്പെടും. എന്തുതന്നെയായാലും കലയും സാഹിത്യവും ധാരാളം മഹത്തായ ആശയങ്ങളെയും അനുഭവങ്ങളെയും ഉൾക്കൊള്ളുന്നു. അവയ്ക്ക് ഇന്നത്തെ രാഷ്ട്രീയ സജ്ജീകരണവുമായി പൊരുത്തപ്പെടാൻ പ്രയാസമാണ്. തകർന്നതും അധഃപതിച്ചതുമായ അനുഭവങ്ങൾ തരുന്ന ഒരു ലോകത്തിലെ ജീവിത നിലവാരത്തെക്കുറിച്ച് അവർ ചോദ്യങ്ങൾ ഉയർത്തും. അത്തരം സാഹചര്യത്തിൽ നിങ്ങൾക്ക് എങ്ങനെ അനുകൂലമായി മൂല്യവത്തായ കലയെ സൃഷ്ടിക്കാൻ കഴിയും? ഒരു കലാകാരനെന്ന നിലയിൽ അഭിവൃദ്ധി പ്രാപിക്കാനായി നിങ്ങൾക്ക് സമൂഹത്തിൽ മാറ്റം വരുത്തേണ്ട ആവശ്യമില്ലേ? പകരം കലയുമായി ഇടപെടുന്നവർ വിലയേക്കാൾ മൂല്യത്തിന്റെ ഭാഷ സംസാരിക്കുന്നു. അവർ കമ്പോളാധിഷ്ഠിത സമൂഹത്തിൽ ദൈനംദിന ജീവിതത്തിന്റെ ദരിദ്രതയുടെ ആഴവും തീവ്രതയും കാണിക്കുന്ന കൃതികളെ കൈകാര്യം ചെയ്യുന്നു. യഥാർത്ഥ

മായതിന് പകരമുള്ളവ സങ്കല്പിക്കാൻ പരിശീലിപ്പിക്കുന്നു. കല നിങ്ങളെ ഭാവന ചെയ്യാനും ആഗ്രഹിക്കാനും പ്രോത്സാഹിപ്പിക്കുന്നു. എൺപതുകളിലും തൊണ്ണൂറുകളിലും അപരാഷ്ട്രീയവല്ക്കരിക്കപ്പെട്ട പാതകൾ തുറന്നു. ഉത്തരാധുനികതയിലേക്കുള്ള പാത.

## ഉത്തരാധുനികതയിലേക്കുള്ള പാത

ആധുനിക ലോകത്ത് ദേശീയ മുതലാളിത്തം സ്വന്തം കാലിൽ നില്ക്കാൻ പാടുപെട്ടു. ലാഭം കുറഞ്ഞപ്പോൾ മുതലാളിത്ത വ്യവസ്ഥ നാടകീയമായി മാറ്റത്തിനു വിധേയമായി. ഉല്പാദനത്തിന്റെ കയറ്റുമതി ആരംഭിച്ചു. തൊഴിലാളി പ്രസ്ഥാനങ്ങളുടെ കൈയും കാലും ബന്ധിക്കപ്പെട്ടിരുന്നു. നിക്ഷേപങ്ങൾ വ്യാവസായിക നിർമ്മാണത്തിൽനിന്ന് സേവന, ധനകാര്യ ആശയ വിനിമയ മേഖലകളിലേക്ക് വഴി മാറി. വൻകിട വ്യവസായങ്ങൾ സാംസ്കാരികമായിത്തീർന്നു. അപ്പോൾ, ബിസിനസ് ഇമേജ്, പായ്ക്കേജിങ്, പ്രദർശനം എന്നിവയെ വലിയ തോതിൽ ആശ്രയിച്ചു തുടങ്ങി. സാംസ്കാരിക വ്യവസായം വലിയ വ്യവസായമായി. അപ്പോൾ ഈ പ്രതിസന്ധികളെ അവ എങ്ങനെ വന്നു എങ്ങനെ പോയി എന്നൊക്കെ വിശദീകരിക്കാൻ സാധിച്ചത് മാർക്സിസത്തിനാണ്. ആഗോള തലത്തിൽ മാർക്സിസത്തിന്റെ നിലനില്ക്കുന്ന പ്രസക്തി ഏറ്റവും പ്രകടമായിരുന്നു. കമ്യൂണിസ്റ്റ് മാനിഫെസ്റ്റോ മുൻകൂട്ടി കണ്ടതുപോലെ ധനികരും ദരിദ്രരും തമ്മിലുള്ള അസമത്വം വർദ്ധിച്ചുകൊണ്ടിരുന്നു. അത് ലോകത്തിലെ ദരിദ്രരുടെ ഭാഗത്ത് തീവ്രവാദവും അസംതൃപ്തിയും വർദ്ധിപ്പിച്ചു. തൊഴിലാളിവർഗ്ഗം അപ്രത്യക്ഷമായി എന്നു പറയുന്നത് വിചിത്രമാണ്. മാർക്സിസമില്ലെന്ന മട്ടിൽ ചിലർ പെരുമാറാൻ തുടങ്ങി.

സോവിയറ്റ് യൂണിയന്റെ പതനത്തോടെ മാർക്സിസം ലോകത്തിന്റെ മുഴുവൻ മേഖലകളിലും നിന്നു അപ്രത്യഷമായി എന്നത് നിരുപദ്രവകരമായ ഒരു തമാശയല്ല. ഡേവിഡ് ബോവി പോസ്റ്റ് ഡാർവിനിസ്റ്റാണെന്നു പറയുന്നതുപോലെ പുതിയ തലമുറ പോസ്റ്റ് മാർക്സിസ്റ്റാണ്. ഡാർവ്വിനുശേഷമുള്ളവൻ എന്നതുപോലെ മാർക്സിസ്റ്റിനു ശേഷമുള്ളവൻ. ഇത് ഒരു കൗതുകകരമായ അവസ്ഥയാണ്. നിങ്ങൾക്ക് ഇഷ്ടാനുസരണം വിശ്വസിക്കാനോ അവിശ്വസിക്കാനോ കഴിയുന്ന ഒരു സിദ്ധാന്തമല്ല മാർക്സിസം എന്നു തിരിച്ചറിയാൻ നിങ്ങൾ ഒരു മാർക്സിസ്റ്റായിരുക്കേണ്ടതില്ല. മാർക്സിസം – അല്ലെങ്കിൽ വിശാലസന്ദർഭത്തിൽ പറഞ്ഞാൽ സോഷ്യലിസം ദശലക്ഷക്കണക്കിനു ആൾക്കാർ ഉൾപ്പെടുന്ന ഒരു രാഷ്ട്രീയ പ്രസ്ഥാനമാണ്. രാജ്യങ്ങളിലെയും നുറ്റാണ്ടുകളിലെയും സ്ത്രീപുരുഷന്മാരെ ഉൾക്കൊള്ളുന്ന ഒരു രാഷ്ട്രീയപ്രസ്ഥാനം. മനുഷ്യ ചരിത്രത്തിലെ തന്നെ ഏറ്റവും വലിയ പരിഷ്കരണ പ്രസ്ഥാ

നം. ഭൂമിയുടെ മുഖത്തെ അത് പരിവർത്തിപ്പിച്ചു. മൂന്നാംലോകം എന്നു വിളിക്കപ്പെടുന്ന രാജ്യങ്ങളിൽ സോഷ്യലിസം സ്വീകരിക്കപ്പെട്ടു. അവർ ചിഹ്നശാസ്ത്രത്തെയും സ്വീകരണ സിദ്ധാന്തത്തെയും സ്വീകരിക്കാൻ ഉത്സുകരായില്ല. രാഷ്ട്രീയവും സംസ്കാരവും തുല്യ അളവിൽ കൂടിച്ചേരുന്നതായ സവിശേഷത സാംസ്കാരികസിദ്ധാന്തം ഉയർന്നു നില്ക്കുന്ന കാലഘട്ടം പ്രദർശിപ്പിച്ചു. പത്തൊൻപതാം നൂറ്റാണ്ടിന്റെ അവസാന ദശകങ്ങൾ രാഷ്ട്രീയവും സാംസ്കാരികവുമായ തീവ്രവാദത്തിന്റെ വിസ്മയകരമായ സമന്വയമായിരുന്നു. അരാജകവാദ (Anarchism)ത്തിന്റെയും സൗന്ദര്യാത്മകതയുടെയും കാലഘട്ടം. ഓസ്കാർ വൈൽഡ് സോഷ്യലിസത്തിലും കല കലയ്ക്കുവേണ്ടി എന്നും വിശ്വസിച്ചു. വില്യം മോറിസ് മദ്ധ്യകാലകലയിലെ വിജയിയായ മാർക്സിസ്റ്റ് വിപ്ലവകാരിയായിരുന്നു. 1960 കൾ ചില രീതികളിൽ ഒരു ഇണക്കു യുഗമായിരുന്നു. ഈ കാലഘട്ടത്തിന്റെ അവസാനം സ്ത്രീവാദപ്രസ്ഥാനം ആഗോളവും വൈയക്തികവും രാഷ്ട്രീയവും സംസ്കാരവും തമ്മിൽ ആഴത്തിലുള്ള ബന്ധം സ്ഥാപിച്ചു. ഇവയിൽ ചിലത് പിന്നിട് ഉത്തരാധുനിക കാലഘട്ടത്തിലേക്ക് കൈമാറി. വ്യക്തിപരമായും രാഷ്ട്രീയമായും രണ്ടുവഴികളെയും ഒരേ സമയം അഭിമുഖീകരിക്കുന്ന ഒരു ഭാഷയായിരുന്നു സംസ്കാരം.

റാഡിക്കൽ രാഷ്ട്രീയത്തെ ഊഷ്മളമായി നിലനിർത്തുന്നതിനുള്ള ഒരു മാർഗ്ഗമാണ് സംസ്കാരം. ഇടതുപക്ഷ രാഷ്ട്രീയ പ്രതീക്ഷകൾ മങ്ങുമ്പോൾ സാംസ്കാരിക പഠനം മുന്നിലെത്തുമെന്ന് ഈഗിൾട്ടൺ സൂചിപ്പിക്കുന്നു. സാമൂഹ്യമാറ്റത്തിന്റെ സ്വപ്നങ്ങളെ നിയമവിരുദ്ധമായ ബൃഹദാഖ്യാനങ്ങൾ എന്ന് ചിലർ അപലപിച്ചു. സൂക്ഷ്മ രാഷ്ട്രീയം ആഗോള തലത്തിൽ ചർച്ചയായി. ഇതിഹാസ കഥകളുടെ അവസാനത്തെക്കുറിച്ചുള്ള ഒരു പുതിയ ഇതിഹാസ കഥ ലോകമെമ്പാടും പ്രചരിച്ചു. ഇമേജും യാഥാർത്ഥ്യവും സത്യവും ഫിക്ഷനും ചരിത്രവും കെട്ടുകഥയും ധാർമ്മികതയും സൗന്ദര്യശാസ്ത്രവും സംസ്കാരവും സാമ്പത്തികശാസ്ത്രവും ഉന്നതവും ജനപ്രിയവുമായ കലകളും രാഷ്ട്രീയ ഇടതും വലതും തമ്മിലുള്ള വ്യത്യാസങ്ങൾ മായിച്ചുകളയുകയാണ് അതിന്റെ സ്വന്തം ചോദനം എന്നതിനാൽ ഉത്തരാധുനികചിന്ത അത്തരം ഫെറ്റിഷ് വ്യത്യാസങ്ങൾ സൃഷ്ടിക്കുന്നത് വിരോധാഭാസമാണ്.

അങ്ങനെ സംസ്കാര രാഷ്ട്രീയം പിറന്നു. പക്ഷേ, ഈ പദസമുച്ചയം വളരെ അവ്യക്തമാണ്. രാഷ്ട്രീയമാറ്റം ഫലപ്രദമാകണമെങ്കിൽ സാംസ്കാരികമായിരിക്കണമെന്ന ഒരു അംഗീകാരം നിലവിലുണ്ടായിരുന്നു. കൊളോണിയലിസ്റ്റ് സംസ്കാരം, കൊളോണിയലിസ്റ്റ് ഭരണത്തിനൊപ്പം ഉപേക്ഷിക്കേണ്ടതുണ്ട്. ഫെമിനിസംപോലുള്ള പ്രസ്ഥാനങ്ങളെപ്പറ്റിയും ടെറി ഈഗിൾട്ടൺ നിരീക്ഷിക്കുന്നു. ഫെമിനിസത്തിന്റെ രാഷ്ട്രീയ ആവശ്യങ്ങളെ രൂപപ്പെടുത്തിയ വ്യാകരണത്തിന്റെ കേന്ദ്രം സംസ്

കാരമാണ്. മൂല്യം, ഭാഷണം, ഇമേജ്, അനുഭവം, സ്വത്വം എന്നിവ ഇവിടെ രാഷ്ട്രീയ പോരാട്ടത്തിന്റെ ഭാഷയാണ്. രാഷ്ട്രീയ ലോകത്തെ മാറ്റുകയല്ല മറിച്ച്, ഒരാളുടെ സംസ്കാരിക ഇടം സുരക്ഷിതമാക്കുക എന്നതായിരുന്നു ലക്ഷ്യം. 1960 കളിലെ സമരോത്സുക രാഷ്ട്രീയ തീവ്രവാദികൾ വലിയ തോതിൽ ശുഭാപ്തി വിശ്വാസമുള്ളവരായിരുന്നു. നിങ്ങൾ വേണ്ടത്ര തീവ്രമായി ആഗ്രഹിക്കുന്നുവെങ്കിൽ നിങ്ങൾ ആഗ്രഹിക്കുന്നത് നിങ്ങൾക്ക് നേടാൻ കഴിയും. ഇതായിരുന്നു അവരുടെ പ്രമാണം.

ഒരു അർത്ഥത്തിൽ 1960 മുതൽ 1990 വരെയുള്ള മാറ്റം സിദ്ധാന്തത്തെ അസ്ഥിയോട് അടുപ്പിച്ചു. പോസ്റ്റ് സ്ട്രക്ചറലിസം ആശയങ്ങളുടെ ഒരു പ്രവാഹമായിരുന്നു. പക്ഷേ, ഉത്തരാധുനികതയും പോസ്റ്റ് കൊളോണിയലിസവും യഥാർത്ഥ ജീവിത രൂപീകരണങ്ങൾ ആയിരുന്നു. ജീവിതത്തിൽനിന്ന് വളരെ ദുരെ, വിദൂരതയിൽ സ്ഥിതി ചെയ്യുന്ന സൈദ്ധാന്തികരെ വിശേഷിപ്പിക്കാൻ ഈഗിൾട്ടൺ ഉപയോഗിക്കുന്നത് സൈദ്ധാന്തിക ദിനോസറുകൾ എന്ന നാമമാണ്. സ്വയം വ്യക്തമാക്കുന്നതിൽ സംശയിക്കാൻ, ഭാഷയെ മനസ്സിലാക്കുന്ന കലയായ ഹെർമന്യൂട്ടിക്സ് നമ്മളെ പഠിപ്പിച്ചു. സാമൂഹ്യ സ്വഭാവത്തെ നിയന്ത്രിക്കുന്ന ഗൂഢസങ്കേതങ്ങളെയും സമ്പ്രദായങ്ങളെയും കുറിച്ച് ഘടനാ വാദം അറിവു നല്കി. പ്രാതിഭാസിക വിജ്ഞാനീയം ഉന്നത സിദ്ധാന്തത്തെ ദൈനംദിന അനുഭവവുമായി സംയോജിപ്പിച്ചു. സ്വീകരണ സിദ്ധാന്തം സാഹിത്യത്തിൽ വായനക്കാരന്റെ ധർമ്മമന്വേഷിച്ചുവെങ്കിലും ജനകീയ പങ്കാളിത്തത്തോടെയുള്ള വിശാലമായ രാഷ്ട്രീയ ആശങ്കയുടെ ഭാഗമായിരുന്നില്ല അത്. പക്ഷേ, സാഹിത്യത്തിന്റെ നിഷ്ക്രിയ ഉപഭോക്താവിൽനിന്ന് സജീവ സഹസ്രഷ്ടാവിലേക്ക് വായനക്കാരന് വഴിയൊരുങ്ങി. വായനക്കാർക്ക് എല്ലാ അധികാരവും എന്ന് മാറ്റിയെഴുതപ്പെട്ടു. അടുത്തിടെ ഒരു തരം സിദ്ധാന്ത വിരുദ്ധത വളർന്നു വന്നിരിക്കുന്നുവെന്ന് ഈഗിൾട്ടൺ സൂചിപ്പിക്കുന്നു. പ്രത്യേകിച്ച്, അമേരിക്കയിൽ. ചില സാംസ്കാരികസിദ്ധാന്തങ്ങൾ സിദ്ധാന്തം എന്ന വാക്ക് ആക്ഷേപകരമാണെന്ന് കണ്ടെത്തി. സൈദ്ധാന്തികമായി താല്പര്യമുണർത്തുന്ന ഒരു തരം സിദ്ധാന്ത അവിശ്വാസമാണ് സിദ്ധാന്ത വിരുദ്ധത എന്ന് അദ്ദേഹം നിരീക്ഷിക്കുന്നു. ലോകത്തിന്റെ അടിത്തറ ദൈവമോ പ്രകൃതിയോ അല്ല. മറിച്ച്, സംസ്കാരമാണ്. ഇത് സ്ഥിരതയാർന്ന ഒരു അടിത്തറയല്ല. കാരണം, സംസ്കാരം മാറിക്കൊണ്ടിരിക്കുന്നതാണ്, പരിണാമിയാണ്. സംസ്കാരം തന്നെ പലതുണ്ട്. നമ്മൾ യഥാർത്ഥത്തിൽ ഒരു സംസ്കാരത്തിനുള്ളിലായിരിക്കുമ്പോൾ അതിനു പുറത്തേക്ക് നോക്കുവാനാവില്ല. അതിനാൽ ഹെഗലിനോട് റീസൺ (Reason) ചെയ്തതുപോലെ അത് ഒരു ശക്തമായ അടിത്തറ പോലെ നമുക്ക് അനുഭവപ്പെടുന്നു. പ്രകൃതിയെ പിന്തുടരുന്നതിനു പകരം നമ്മൾ സംസ്കാരത്തെ പിന്തുടരുന്നു.

സംസ്കാരമെന്നത് വളരെ ആഴത്തിലുള്ള നൈസർഗ്ഗികമായ ശീലങ്ങളുടെ ഒരു കൂട്ടമാണ്. നമുക്കു അവ പരിശോധിക്കാനാവില്ല. അതിനാൽ വിമർശനങ്ങളിൽനിന്ന് അതിനെ രക്ഷിച്ചു നിർത്തുന്നു.

ആധുനികതയും സാംസ്കാരിക സിദ്ധാന്തവും അന്താരാഷ്ട്ര പ്രസ്ഥാനങ്ങളായിരുന്നു. ടിപ്പിക്കൽ ആധുനിക കലാകാരന്മാർ പ്രവാസികളോ കുടിയേറ്റക്കാരോ ആയിരുന്നു. പില്ക്കാല മുൻനിര സാംസ്കാരിക ചിന്തകന്മാരും അങ്ങനെ തന്നെ. വിപ്ലവ തൊഴിലാളി വർഗ്ഗത്തെപ്പോലെ ആധുനിക കലാകാരന്മാരും ഒരു മാതൃരാജ്യത്തെയും അംഗീകരിച്ചില്ല. കലയിലാണ് അവർ അവരുടെ ഭവനം കണ്ടെത്തിയത്. വിവിധ ദേശീയ സംസ്കാരങ്ങളുടെ ശകലങ്ങൾ കൂടിച്ചേർന്ന ഒരു സങ്കര അവസ്ഥയായിരുന്നു ആധുനികതാവാദം. സമാനമായ രീതിയിൽ സാംസ്കാരിക സിദ്ധാന്തം പിന്നീട് ഭാഷാ ശാസ്ത്രം, തത്ത്വചിന്ത, സാഹിത്യം, രാഷ്ട്രീയം, കല, നരവംശശാസ്ത്രം, എന്നിവയിലേക്ക് വ്യാപിക്കുകയും പരമ്പരാഗത അക്കാദമിക് തടസ്സങ്ങളെ മറികടക്കുകയും ചെയ്തു. അസ്തിത്വവാദം മുൻതലമുറയ്ക്ക് എങ്ങനെ ഒരു അടയാളമുദ്രയായിരുന്നോ അതുപോലെ അനന്തര തലമുറയ്ക്ക് ഘടനാവാദം, സിദ്ധാന്തം, സംസ്കാര പഠനങ്ങൾ എന്നീ പേരുകൾ അടയാള ചിഹ്നങ്ങളായിത്തീർന്നു. അസ്തിത്വവാദംപോലെ പുതിയ സാംസ്കാരികാശയങ്ങൾ ദൈനംദിനജീവിതത്തിലും അക്കാദമികരംഗത്തും അഭിരുചി, ഭാവുകത്വ ബോധം, സംവേദനക്ഷമത, സാമൂഹിക മൂല്യങ്ങൾ, ധാർമ്മിക അജണ്ടകൾ എന്നിവയിൽ ആഴത്തിൽ മാറ്റം വരുത്തി. സിദ്ധാന്തം ജനപ്രിയ, ന്യൂനപക്ഷ സംസ്കാരങ്ങൾ തമ്മിൽ വേർതിരിക്കുന്ന അണക്കെട്ട് തകർത്തു.

### നഷ്ടങ്ങളും നേട്ടങ്ങളും

കലാസൃഷ്ടിയുടെയും സംസ്കാരത്തിന്റെയും ഉറവിടം ജീവിതാനുഭവങ്ങളാണ്. അമൂർത്തമായ പ്രമാണങ്ങളല്ല അവ ഇന്ദ്രിയപരവും സൂക്ഷ്മവും അതുല്യമാം വിധം വൈയക്തികവുമാണ്. സിദ്ധാന്തം സാമാന്യവും സംസ്കാരം സവിശേഷവുമാണ്. കലയെക്കുറിച്ചുള്ള എല്ലാ ചർച്ചകളും അമൂർത്തമാണ്. സംസ്കാര സിദ്ധാന്തവും ഇക്കാര്യത്തിൽ അപവാദമല്ല. ചിഹ്നം എന്ന വാക്ക് സൂചകമെന്ന വാക്കുപോലെതന്നെ അമൂർത്തമാണ്' മിക്കവരും ചിഹ്നം ഉപയോഗിക്കാറുണ്ടെങ്കിലും സൂചകം അപരിചിതമായിരുന്നു. സാഹിത്യ സൈദ്ധാന്തികന് സൂചകമാണ് പ്രിയം. ഇന്ന് ഒരു സാഹിത്യനിരൂപകനാവുക എന്നതിനർത്ഥം അസാധാരണ ഭാഷയിൽ നന്നായി എഴുതാൻ കഴിയുക എന്നാണെന്ന് ഈഗിൾട്ടൺ പരിഹസിക്കുന്നു. എല്ലാ സൈദ്ധാന്തികരും നികൃഷ്ടമായി എഴുതുന്നുവെന്നല്ല അദ്ദേഹം അർത്ഥമാക്കുന്നത്. അതേസമയം അഡോർണോയും ബാർത്തും ഫൂക്കോയും ശൈലീ വല്ലഭന്മാരാണെന്നും അദ്ദേഹം സമ്മതിക്കുന്നു. അവർ പറയുന്നത് നിങ്ങൾക്ക് വ്യക്തമായി മനസ്സിലാകുന്നി

ല്ലെങ്കിൽ അത് ഉള്ളടക്കത്തിന്റെ പ്രശ്നമാണ്.. അവ്യക്തത ആ ഉള്ളടക്കം എങ്ങനെ അവതരിപ്പിക്കുന്നു എന്നതിന്റെ വിഷയവും. വേണ്ടത്ര ലളിതമാക്കാൻ കഴിയാത്ത ചില ആശയങ്ങൾ ശാസ്ത്രത്തിലുണ്ടല്ലോ. എല്ലാ ജ്ഞാനവും അയത്നലളിതവും അനർഗ്ഗളവുമല്ല. എല്ലാ മഹത്തായ കലയുടെ രഹസ്യവും അതിന്റെ ലാളിത്യമാണെന്നത് ഒരു ലളിതമായ വിഡ്ഢിത്തമാണെന്ന് ഈഗിൾട്ടൺ അഭിപ്രായപ്പെടുന്നു. എങ്കിലും, ചില സൈദ്ധാന്തികർക്ക് നിഗൂഢമായ പ്രശ്നങ്ങളെക്കുറിച്ച് ലളിതമായും വ്യക്തമായും എഴുതാൻ കഴിയുമെന്നതിൽ അദ്ദേഹത്തിന് സംശയമില്ല.

കലയും സംസ്കാരവും കൈകാര്യം ചെയ്യേണ്ടത് സാംസ്കാരികമായ ചോദ്യങ്ങളേക്കാൾ മാനുഷികമായ ചോദ്യങ്ങളെയാണ്. പ്രണയം, മരണം, കാമന തുടങ്ങിയ വിഷയങ്ങൾ. ആധുനികതയോടെയാണ് കലയുടെ ഭാഷ ദൈനംദിന ജീവിതത്തിന്റെ ഭാഷയിൽനിന്ന് സമൂലമായി വ്യതിചലിക്കാൻ തുടങ്ങിയതെന്ന് ഈഗിൾട്ടൺ സൂചിപ്പിക്കുന്നു. ഉത്തരാധുനികത വീണ്ടും കലയെ ദൈനംദിന ജീവിതത്തിന്റെ ഭാഷയിലേക്ക് കൊണ്ടു വന്നു. കല സാധാരണ മനുഷ്യരുടെ താല്പര്യമാണെന്നും അസാധാരണ ഭാഷയിൽ അതിനെക്കുറിച്ച് സംസാരിക്കുന്നതിൽ സ്വയം വൈരുദ്ധ്യമുണ്ടെന്നുമുള്ള ബോദ്ധ്യം വ്യക്തമായും തെറ്റാണ്. എല്ലാവർക്കും താല്പര്യമുള്ള ചോദ്യങ്ങൾ ലളിതമല്ല. സ്വന്തം ഹൃദയവും ശ്വാസകോശവും കരളുമൊക്കെ എല്ലാവർക്കും താല്പര്യമുള്ള വിഷയമാണ്. എന്നാൽ, വൈദ്യശാസ്ത്രജ്ഞൻ അവയെക്കുറിച്ച് പറയുന്നത് അത്ര ലളിതമായല്ല. നന്നായി ജീവിക്കുക എന്നതിന്റെ അർത്ഥം എന്താണെന്ന ചോദ്യത്തിന് ഉത്തരം നല്കാൻ പ്രയാസമുള്ളതിനാൽ ധാർമ്മികദർശനത്തിന് അതിന്റേതായ ഭാഷ ആവിഷ്കരിക്കേണ്ടി വരുന്നു. സാധാരണക്കാർക്ക് അവരുടെ ജീവിതത്തിന് പ്രസക്തമാണെന്നു തോന്നുകയാണെങ്കിൽ സങ്കീർണ്ണമായ ആശയങ്ങൾ ഗ്രഹിക്കാൻ അവർക്ക് പ്രയാസമില്ല. സിദ്ധാന്തത്തോടുള്ള എതിർപ്പുകളിൽ ഭൂരിഭാഗവും തെറ്റായതോ നിസ്സാരമോ ആണെന്ന് ഈഗിൾട്ടൺ. പ്രായോഗിക രാഷ്ട്രീയത്തിൽനിന്ന് വിച്ഛേദിക്കപ്പെട്ട വിമർശനാത്മക സിദ്ധാന്തം പുനഃസ്ഥാപിക്കേണ്ടതുണ്ടെന്ന് അദ്ദേഹം പറയുന്നു. വിമർശനാത്മക സിദ്ധാന്തങ്ങൾക്കെതിരെയുള്ള ആരോപണങ്ങളെ പ്രതിരോധിക്കുകയും പ്രസക്തി ചൂണ്ടിക്കാണിക്കുകയും ചെയ്യുന്നു. സമകാലീന രാഷ്ട്രീയ പ്രവർത്തനത്തിൽ സിദ്ധാന്തത്തിന്റെ പ്രസക്തി വിവരിക്കുന്നു. അതിന്റെ നേട്ടങ്ങൾ ചൂണ്ടിക്കാണിക്കുന്നു. അദ്ദേഹത്തിന്റെ വ്യക്തമായ ദിശാമാറ്റം സിദ്ധാന്തം അനിവാര്യമെന്നു വിശ്വസിച്ചിരുന്ന പാരമ്പര്യവാദികൾക്ക് ആശ്വാസം പകർന്നു.

സാംസ്കാരിക സിദ്ധാന്തം ചില അടിസ്ഥാന പ്രശ്നങ്ങളുമായി

പൊരുത്തപ്പെടുമെന്ന് ടെറി ഈഗിൾട്ടൺ വാഗ്ദാനം ചെയ്യുന്നു. പക്ഷേ, അവ നല്കുന്നതിൽ അത് പരാജയപ്പെടുന്നു എന്നു നിരീക്ഷിക്കുകയും ചെയ്യുന്നു. ധാർമ്മികതയെയും അതിഭൗതികതയെയും കുറിച്ച് ലജ്ജിക്കുന്നു. പ്രണയം, ജീവശാസ്ത്രം, മതം, വിപ്ലവം എന്നിവയെക്കുറിച്ച് പറയാൻ വൈമുഖ്യമാണ്. തിന്മയെക്കുറിച്ച് ഏറക്കുറെ മൗനം പാലിക്കുന്നു. മരണത്തെയും സഹനത്തെയും കുറിച്ച് മിണ്ടാട്ടമേയില്ല. സത്ത, സാർവ്വത്രികത, അടിസ്ഥാനങ്ങൾ എന്നിവയെക്കുറിച്ച് ആധികാരികമായും, സത്യം, വസ്തുനിഷ്ഠത, നിസ്സംഗത എന്നിവയെക്കുറിച്ച് ഉപരിപ്ലവമായും പറയും. ഇതെല്ലാം മനുഷ്യന്റെ പതനത്തിന്റെ ഒരു വലിയ ഭാഗം തന്നെയാണ്. ഈ വിഷയങ്ങളെക്കുറിച്ച് സംസാരിക്കാൻ ഭയപ്പെടാത്ത ഒരു പുതിയ വ്യവഹാരത്തെ ഇടതുപക്ഷം സ്വീകരിക്കുന്നതാണ് പരിഹാരമെന്ന് ഈഗിൾട്ടൺ നിർദ്ദേശിക്കുന്നു. *ആഫ്റ്റർ തിയറി*യുടെ തുടർന്നുള്ള അദ്ധ്യായങ്ങളിൽ ധാർമ്മികത, മരണം, സദാചാരം, തിന്മ തുടങ്ങിയ പ്രശ്നങ്ങളെ അദ്ദേഹം സംബോധന ചെയ്യുന്നു. പ്രവചനീയ സ്വഭാവമുള്ളതാണ് ആ അദ്ധ്യായങ്ങൾ..

*സിദ്ധാന്തത്തിനു ശേഷ*ത്തിൽ ഈഗിൾട്ടൺ മുന്നോട്ടുവെച്ച വെല്ലുവിളി അനിവാര്യമായതും ദൂരവ്യാപക ഫലങ്ങളുളവാക്കുന്നതുമായിരുന്നു. കഴിഞ്ഞ ദശകങ്ങളിൽ ആശ്രയിച്ചിരുന്ന ആഖ്യാനങ്ങളിൽനിന്ന് സൈദ്ധാന്തികർ പിന്തിരിയണമെന്നും വർഗ്ഗം, വംശം, ലിംഗഭേദമെന്നൊക്കെയുള്ള വ്യവഹാരങ്ങൾ ആവർത്തിച്ചുകൊണ്ടിരിക്കാതെ പുതിയ വിഷയങ്ങളുമായി കൈകോർക്കണമെന്നുമായിരുന്നു അദ്ദേഹം ആവശ്യപ്പെട്ടത്.

സാഹിത്യത്തിലേക്കുള്ള ഈഗിൾട്ടണിന്റെ തിരിച്ചുവരവായി *The English Novel* (2005). *How to Read a Poem* (2007), *On Evil* (2010) എന്നീ കൃതികളുടെ പ്രസിദ്ധീകരണത്തെ വിലയിരുത്താം. അതുവരെയുള്ള അദ്ദേഹത്തിന്റെ സാഹിത്യ- വിമർശനാത്മകകൃതികളുടെ സവിശേഷതകൾ സൈദ്ധാന്തിക മാതൃകകളുടെ അനുരൂപീകരണവും വിന്യസനവുമായിരുന്നു. ഇംഗ്ലീഷ് നോവലിൽ ഡിഫോ മുതൽ വൂൾഫ് വരെയുള്ള നോവൽ ജനുസ്സിന്റെ വികാസത്തെക്കുറിച്ച് അദ്ദേഹം പഠിക്കുന്നു. ഇംഗ്ലീഷ് പാരമ്പര്യത്തിലെ നോവലിനോടുള്ള ഈഗിൾട്ടണിന്റെ ദീർഘകാല താല്പര്യത്തിന്റെ പര്യവസാനത്തെ ഈ കൃതി പ്രതിനിധീകരിക്കുന്നു. *ഒരു കവിത എങ്ങനെ വായിക്കാം* എന്ന കൃതി പ്രായോഗിക വിമർശനത്തിന്റെ രീതികളിലേക്കുള്ള തിരിച്ചുവരവിനെയും സൂചിപ്പിക്കുന്നു. *തിന്മയെക്കുറിച്ച്* എന്ന കൃതിയാകട്ടെ തിന്മ അടിസ്ഥാനപരമായി നിഗൂഢമല്ലെന്നു വാദിക്കുന്നു. തിന്മ തീർച്ചയായും അതിഭൗതികമാണ്. എന്നാൽ, അമാനുഷികതയല്ല. ഈ കൃതിയിൽ അദ്ദേഹം വിശദീകരിക്കുന്ന തിന്മയുടെ സിദ്ധാന്തം ഫ്രോയിഡിന്റെ ചിന്തയെ ആശ്രയിക്കുന്നുണ്ട്. എന്നാൽ, അദ്ദേഹത്തിന്റെ മരണ ത്വര(death drive)യെയല്ല എ

ന്നു വ്യക്തമാക്കുന്നുമുണ്ട്. തിന്മ ഒരു കാലഹരണപ്പെട്ട ആശയമല്ല. തിന്മയുടെ യാഥാർത്ഥ്യത്തെ അദ്ദേഹം സമർത്ഥിക്കുന്നു. അതിനായി സാഹിത്യ, ദൈവശാസ്ത്ര, മനഃശാസ്ത്ര വിശകലന സ്രോതസ്സുകൾ ഉപയോഗിക്കുന്നു. തിന്മയെല്ലാം മരണത്തെക്കുറിച്ചാണെന്നും അതു മനസ്സിലാക്കാൻ ഏതാനും ഫിക്ഷനുകൾ പരിശോധിക്കണമെന്നും ആമുഖത്തിൽ അദ്ദേഹം പറയുന്നു. വില്യം ഗോൾഡിങ്ങിന്റെ *പിൻചർ മാർട്ടി*നും (*Pincher Martin*) *ഈച്ചകളുടെ തമ്പുരാനും* (*Lord of the Flies*) *ഫ്രീ ഫാൾ* (*Free Fall*) എന്നീ നോവലുകൾ അദ്ദേഹം വിശകലനം ചെയ്യുന്നു.

മരിക്കാൻ വിമുഖതയുള്ള ഒരു മനുഷ്യനെക്കുറിച്ച് ഓർക്കുക. അയാൾ സ്വന്തം നേട്ടങ്ങൾക്കും ആനന്ദത്തിനുമായുള്ള ഉപകരണങ്ങളോ ഉപാധികളോ ആയി മറ്റു മനുഷ്യരെയെല്ലാം കണ്ടു. മരണം ഭൗതികതയും അർത്ഥവുമായുള്ള വേർപിരിയലാണ്, മോചനമാണ്. ശരീരവും ആത്മാവും തമ്മിലുള്ള മോചനത്തിലാണ് ചെകുത്താന്റെ പ്രതീക്ഷ. അമൂർത്തമായ ആത്മാവിന്റെ നാശത്തിലും അർത്ഥശൂന്യമായ മാംസത്തിന്റെ അഭിലാഷത്തിലുമാണ് അവന്റെ നോട്ടം. ദൈവം ഉദാത്തമായ ശൂന്യതയാണ്. സ്നേഹത്തിന്റെ തീവ്രവാദി. തിന്മ ഹീനതയുമായി ബന്ധിക്കപ്പെട്ടിരിക്കുന്നു. കാരണം, അത് വിരൂപവും രൂപരഹിതവുമാണ്. തിന്മ തീർത്തും നിരർത്ഥകമാണ്. അത് യുക്തി ഹേതുവല്ല, ശുദ്ധ വിപരീത ബുദ്ധിയാണ്. ചിലരതിനെ ഒരു നിഗൂഢതയായി കാണുന്നു. തീവ്രവാദത്തെയും തിന്മയായി നിർവ്വചിക്കാം.

# ഉപസംഹാരം

സമകാലീന സൈദ്ധാന്തിക, ദാർശനിക, സംഭവവികാസങ്ങളെ ഒരു പരിധിവരെ തുറന്നുകാട്ടിക്കൊണ്ട് മാർക്സിസ്റ്റ് പാരമ്പര്യത്തിലേക്ക് ആളുകളെ വ്യാപകമായി ആകർഷിക്കുകയും അതിനെ ആകർഷകമാക്കുകയും ചെയ്ത വിമർശകനാണ് ടെറി ഈഗിൾട്ടൺ. അദ്ധ്വാനിക്കുന്ന ജനങ്ങൾക്ക് മനസ്സിലാക്കാൻ കഴിയാത്തവ എഴുതുന്ന അദ്ധ്വാനിക്കാത്ത ബുദ്ധിജീവികളുടെ എഴുത്തിനോട് അദ്ദേഹത്തിന് ഒട്ടും താല്പര്യമില്ല.. അദ്ദേഹം മാർക്സിസ്റ്റുകളെ സംബന്ധിച്ചിടത്തോളം ഒരു അംഗീകൃത മാതൃകയാണ്. ക്ലാസിക്കൽ മാർക്സിസ്റ്റ് എന്ന് അദ്ദേഹത്തെ പൊതുവെ വിലയിരുത്തുന്നു. കാരണം, ക്ലാസിക്കൽ മാർക്സിസ്റ്റ് സിദ്ധാന്തത്തിന്റെ പ്രധാനതത്ത്വങ്ങളോടും, ഘടകങ്ങളോടും, അദ്ദേഹം വിശ്വസ്തത പുലർത്തുന്നു. മാർക്സിസമല്ല മുതലാളിത്തമാണ് കാലഹരണപ്പെട്ടതെന്നും അത് രൂപപ്പെടുത്തപ്പെട്ടത് ചോരയിലും കണ്ണീരിലുമാണെന്നും അദ്ദേഹം വ്യക്തമാക്കി.

മാർക്സിന്റെ വിമർശകർ ഏറെ പരിഹസിച്ചിട്ടുള്ള അടിത്തറ – ഉപരിഘടന മാതൃകയോട് ഈഗിൾട്ടൺ വിശ്വസ്തത പുലർത്തുന്നു. ഞാൻ അവരുടെ (മാർക്സിസ്റ്റ് വിമർശകരുടെ) പാതയിലൂടെ സഞ്ചരിക്കാനാഗ്രഹിക്കുന്നില്ല മറിച്ച് അതിനെക്കുറിച്ച് ചില നല്ലവാക്കുകൾ പറയാനാണാഗ്രഹിക്കുന്നതെന്ന് അദ്ദേഹം തന്നെ പറഞ്ഞിട്ടുണ്ട്. മാർക്സിസത്തിന്റെ ഈ സ്വയം നിയമിത കാവല്ക്കാരൻ സാഹിത്യ, സാംസ്കാരിക സിദ്ധാന്തത്തിന്റെ മാർക്സിസ്റ്റാനന്തര ലോകത്തും ഏറെ സ്വീകാര്യനാണ്. സന്ദേഹാത്മകത്വത്തിന്റെയും നൈരാശ്യബോധത്തിന്റെയും മുന്നിൽ സോഷ്യലിസ്റ്റ് ചക്രവാളത്തെ സജീവമായി നിലനിർത്തിക്കൊണ്ട് ബ്രിട്ടീഷ് ബുദ്ധിജീവികളിൽ പ്രമുഖനായ ഒരാളായി ടെറി ഈഗിൾട്ടൺ ഇപ്പോഴും സജീവമായിത്തുടരുന്നു.

# BIBLIOGRAPHY

Adorno, Theodor W., *Aesthetic Theory*, Continuum, London, 2005.

Alderson, David, *Terry Eagleton*, Palgrave, London, 2004.

Eagleton, Terry, *After Theory*, Basic Books, New York, 2004.

Eagleton, Terry, *Literary Theory an Introduction*, Blackwell, Oxford, 1999.

Eagleton, Terry, *Marxism and Literary Criticism*, Routledge, Oxon, 2009.

Eagleton, Terry, *On Evil*, Seagull Books, Calcutta, 2010.

Eagleton, Terry, *The Function of Criticism*, Seagull, Calcutta, 2005.

Eagleton, Terry, *Why Marx Was Right*, Seagull, Calcutta, 2012.

Lechte, John, *Fifty Key Contemporary Thinkers*, Routledge, London, 2008.

Smith, James, *Terry Eagleton A Critical Introduction*, Polity Press, Cambridge, 2008.

Webster, Roger, *Studying Literary Theory an Introduction*, Bloomsbury London, 2016.

Wolfreys, Julian (ed.), *Modern British and Irish Criticism and Theory*, Edinburgh University Press, UK, 2006.